കല്ലറയും കാവൽക്കാരും

നോവൽ

ആൽബർട്ട് ജോണി

MAN KIND

കല്ലറയും കാവൽക്കാരും

KALLARAYUM KAVALKKARUM

Malayalam/Novel

Albert Johney

ISBN: 978-81-982249-7-2

(Paperback)

Any references to historical events, real people, or real places are used fictitiously. Names, characters, and places are products of the author's imagination.

Cover Design & Layout: Sajil Sd
This Printing Edition 2025

₹160/-

Mankind Literature
A Booklove Initiative
Puthiyangadi post, Calicut-673021
mankindliteraturecalicut@gmail.com
+91 9744 155 666

www.booklove.co.in

ആമുഖം

ആദ്യമായി എഴുതുന്ന കഥയായതിനാൽ പ്രത്യേകിച്ച് അവകാശവാദങ്ങൾ ഒന്നും തന്നെയില്ല. ദ്വയാർഥമോ, വരികൾക്കിടയിൽ ഒളിഞ്ഞിരിക്കുന്ന വായനയോ ഇതിനു നൽകിയിട്ടില്ല. എല്ലാത്തരം വായനക്കാർക്കും തൃപ്തി തരുന്ന ഒന്നായി ദയവുചെയ്ത് ഇതിനെ കാണരുത്. എന്നാലും ഒരു സിനിമ കണ്ട് തീർന്ന അനുഭവം നിങ്ങൾക്ക് നൽകാൻ കഴിയുമെന്ന് ഞാൻ വിശ്വസിക്കുന്നു. മനസിൽ എപ്പോഴും സിനിമ തന്നെയായിരുന്നു. പക്ഷേ, അങ്ങോട്ട് എത്താനുള്ള വഴികൾ ഒരുപാട് ദൂരെ ആയതിനാലാണ് ഒരു പേനയിലും പേപ്പറിലും എല്ലാം ഒതുക്കാൻ ഞാൻ തീരുമാനിച്ചത്. ലളിതമായ ഒന്നിൽ തുടങ്ങി സങ്കീർണമായ മറ്റൊന്നിൽ അവസാനിപ്പിക്കാനാണ് ശ്രമിച്ചിരിക്കുന്നത്.

ഈ കഥയ്ക്ക് കാരണക്കാരായ എന്റെ പ്രിയ കൂട്ടുകാരെ ഈ നിമിഷം സ്നേഹത്തോടെ ഓർക്കുന്നു. നമ്മൾ തുടങ്ങിവച്ച ആ തമാശകൾ തന്നെയാണ് ഈ കഥയിൽ ഏറെ ഉള്ളത്. അല്പംമാത്രം സത്യമായ കാര്യങ്ങളിൽ ഏറെ ഭാവന കുത്തികെട്ടിയ കഥയാണ് 'കല്ലറയും കാവൽക്കാരും.' അതിനാൽ തന്നെ കഥയിൽ ചോദ്യമില്ല എന്ന കാര്യം സ്നേഹത്തോടെ നിങ്ങളെ ഓർമിപ്പിച്ചുകൊള്ളട്ടെ. പരിശ്രമിച്ചു കിട്ടുന്നതും പരിശ്രമിക്കാതെ കിട്ടുന്നതുമായ വിജയത്തിനും തോൽവിക്കും അതിന്റേതായ വ്യത്യാസങ്ങൾ ഉണ്ടല്ലോ. ആയതിനാൽ തന്നെ ഈ ഉദ്യമത്തിൽ ഹൊറർ റൊമാന്റിക് കഥകൾ ഇഷ്ടപ്പെടുന്ന എല്ലാ വായനക്കാരും എന്റെ കൂടെ ഉണ്ടാകുമെന്ന വിശ്വാസത്തിന്മേൽ 'കല്ലറയും കാവൽക്കാരും' നിങ്ങൾക്കായി സമർപ്പിക്കുന്നു.

ആൽബർട്ട് ജോണി

ഇടുക്കി ജില്ലയിലെ മച്ചിപ്ലാവിൽ ജോണി - ഷൈനി ദമ്പതികളുടെ മകനായി 1997 ഫെബ്രുവരി 12ന് ജനനം. മച്ചിപ്ലാവ് ഗവൺമെന്റ് യുപി സ്കൂൾ, എസ്എൻഡിപി വിഎച്ച്എസ്എസ് അടിമാലി എന്നിവിടങ്ങളിൽ നിന്ന് പ്രാഥമിക വിദ്യാഭ്യാസം. പാവനാത്മ മുരിക്കാശ്ശേരി കോളേജിൽ നിന്ന് ഹിസ്റ്ററിയിൽ ബിരുദവും യുസി കോളേജ് ആലുവയിൽ നിന്ന് ഹിസ്റ്ററിയിൽ ബിരുദാനന്തര ബിരുദവും പൂർത്തിയാക്കി. ഉത്തർപ്രദേശിലെ കനൗജിൽ ക്രിസ്തുജ്യോതി അക്കാദമിയിൽ ചരിത്ര അധ്യാപകനായി സേവനമനുഷ്ഠിച്ചിരുന്നു. നിലവിൽ കേരള ആംഡ് പോലീസ് അഞ്ചാം ബറ്റാലിയനിൽ സിവിൽ പോലീസ് ഓഫീസറായി ഇടുക്കിയിൽ ജോലി ചെയ്തു വരുന്നു. സഹോദരൻ ബ്രിട്ടാസ് ജോണി.

വിലാസം: കുന്നും കുഴയ്ക്കൽ, മച്ചിപ്ലാവ് പി ഓ, മച്ചിപ്ലാവ്, ഇടുക്കി 685561.

Email: albertjohney123@gmail.com

Mob: 9895613947

Insta id: albert.Johney

അവതാരിക

'ഒരു ഹൊറർ ത്രില്ലർ ഉണ്ട് ഒന്നിരുന്ന് വായിച്ചു നോക്കാമോ?' എന്ന ചോദ്യത്തിൽ നിന്നായിരുന്നു തുടക്കം. ഒരു പ്രേതകഥ എന്ന ലാഘവത്തോടെയാണ് 'കല്ലറയും കാവൽക്കാരും' വായിക്കാൻ ഇരുന്നതും. എന്നാൽ പേജുകൾ മറിയുന്നതോടെ കഥാഗതി മെല്ലെ ശക്തി പ്രാപിച്ച് പ്രവചനാതീതമായി വഴിമാറി ഒഴുകാൻ തുടങ്ങി. ഹൊറർ സസ്പെൻസ് ത്രില്ലറിന്റെ ഘടകങ്ങൾ കൃത്യമായി സമന്വയിപ്പിച്ചവതരിപ്പിക്കാൻ കഥാകൃത്തിന് തന്റെ നോവലിലൂടെ സാധിച്ചു. മൂന്ന് കൂട്ടുകാർ നേരമ്പോക്കിന് പറഞ്ഞു തുടങ്ങിയ യക്ഷിക്കഥ അവരുടെ തന്നെ ജീവിതം മാറ്റിമറിക്കുന്ന തരത്തിലേക്ക് മാറുന്നതോടെ കഥാതന്തു അതിന്റെ യഥാർത്ഥ ശക്തി കൈവരിക്കുന്നു.

കഥാരംഭത്തിൽ സ്കൂളിൽ പ്രണയിനിയെ അന്വേഷിച്ചെത്തുന്ന കഥാനായകനെ നമുക്ക് പരിചയം കാണും. എന്നാൽ കഥാന്ത്യത്തോടെ അലക്സ് എന്ന കഥാനായകൻ വായനക്കാർക്ക് അപരിചിതനായി മാറുന്നു. പ്രണയവും പ്രതികാരവും ജനന മരണങ്ങൾക്കിടയിൽ സൃഷ്ടിക്കുന്ന അതിസങ്കീർണ്ണതകളിലൂടെ വികസിക്കുന്ന നോവൽ, അതിന്റെ അവസാനഘട്ടത്തിലേക്ക് കടക്കുന്നതോടെ അപ്രതീക്ഷിതമായ ട്വിസ്റ്റുകൾ കൊണ്ട് വായനക്കാരെ ഞെട്ടിക്കുന്നു. മരണത്തിനുമപ്പുറം നിന്നൊരാൾ പകയുടെ കൈനീട്ടുമ്പോൾ നിസ്സഹായരായി പകച്ച് നിന്നുപോകുന്ന നോവലിലെ കഥാപാത്രങ്ങളുടെ അതേ വികാരവിക്ഷോഭങ്ങളെ തെല്ലിട ചോർന്നുപോകാതെ നമ്മളിലേക്ക് എത്തിക്കാൻ നോവലിന് സാധിച്ചു. ആ നിസ്സഹായതയെ അതിന്റെ ആഴത്തിൽ തന്നെ വായനക്കാർക്ക് വായിച്ചെടുക്കാൻ കഴിയും. അതിസങ്കീർണ്ണതകളോ അതിഭാവുകത്വങ്ങളോ ഇല്ലാതെ, എന്നാൽ സങ്കീർണതകളെ, ഭാവനകളെ ഒട്ടും ചോർന്നുപോകാതെ കഥാപാത്രങ്ങളിലേക്ക് ചേർത്തുവയ്ക്കാൻ നോവലിസ്റ്റിന് സാധിച്ചു.

ആദ്യാവസാനങ്ങളിലെ സമന്വയങ്ങളാണ് വായനക്കാരെ അതിശയിപ്പിക്കുന്നത്. രൗദ്രഭാവത്തിലെ പ്രകൃതിയെ പശ്ചാത്തലമാക്കിയാണ് നോവൽ ആരംഭിക്കുന്നത്. അതേ രൗദ്രഭാവത്തെ ആവാഹിച്ച് നിൽക്കുന്ന കഥാനായകനിലേക്ക് എത്തുമ്പോൾ പ്രകൃതിയുടെയും മനു

ഷ്യമനസ്സുകളുടെയും രഹസ്യസ്വഭാവങ്ങളെ കൃത്യമായ അളവിൽ കൂട്ടിച്ചേർക്കാൻ എഴുത്തുകാരന് സാധിക്കുന്നു. നോവലിന്റെ കേന്ദ്ര ബിന്ദുവായ കല്ലറയിലേക്ക് എത്തുമ്പോൾ ഹൈറേഞ്ചിന്റെ ചരിത്ര ഗതിയെ തന്നെ മാറ്റിമറിച്ച കൊളോണിയൽ അധിനിവേശ ചരിത്രത്തി ലേക്ക് കെട്ടുപിണഞ്ഞു കിടക്കുന്ന മിത്തുകളെ തട്ടി ഉണർത്താനുള്ള ഒരു ശ്രമം കൂടിയായി ഈ നോവൽ മാറുന്നതായി നമുക്ക് കാണാം.

വായനക്കാരന്റെ ചിന്തകളെ അട്ടിമറിച്ചുകൊണ്ടാണ് കഥ അവ സാനിക്കുന്നത്. ഒരു മികച്ച വായനാനുഭവം 'കല്ലറയും കാവൽക്കാ രും' ഓരോ വായനക്കാരനും സമ്മാനിക്കും. ഇനിയും ഏറെ ഉയര ങ്ങളിലേക്ക് പ്രിയ സുഹൃത്തിന് എത്തിപ്പെടാൻ സാധിക്കട്ടെ എന്ന് ആശംസിക്കുന്നു.

അശ്വതി കെ. എസ്.

നന്ദി

പോലീസ് ട്രെയിനിങ്ങിന്റെ ചിട്ടകൾക്കും കണിശതകൾക്കും ഇടയിൽ ഞാൻ കണ്ടെത്തിയ തണലാണ് കല്ലറയും കാവൽക്കാരുമെന്ന നോവൽ. എഴുതുക എന്നതിനപ്പുറം മറ്റൊന്നും തന്നെ ഞാൻ ആഗ്രഹിച്ചിരുന്നില്ല. ഒരു തുടക്കക്കാരന്റെ നോവൽ ആയിരുന്നിട്ട് കൂടിയും കഥകളുടെ അനന്തവിശാലമായ ലോകത്തിലേക്ക് ആദ്യമായി കൈപിടിച്ചു കയറ്റിയ പ്രിയപ്പെട്ട സായൂജ് ബാലുശ്ശേരിക്കും, മാൻകൈൻഡ് ലിറ്ററേച്ചറിനും, കവർപേജ് ഡിസൈൻ ചെയ്ത സജിലിനും, എഡിറ്റർ അമൃതയ്ക്കും നന്ദി പറയുന്നു.

എഴുത്തിന്റെ പാതയിൽ കൂടെ നിന്നവരെപ്പറ്റി പറയാതെ ഈ നോവൽ പൂർണമാകുമെന്ന് ഞാൻ കരുതുന്നില്ല. ചെറുപ്പം മുതലേ അരികിൽ കിടത്തി കഥകൾ പറഞ്ഞുതന്നിരുന്ന കുഞ്ഞമ്മച്ചി എന്ന് ഞാൻ വിളിക്കുന്ന പ്രിയ മുത്തശ്ശിക്ക്, വായനശേഷിയെ വളർത്താൻ ഒരുപാട് പുസ്തകങ്ങൾ വാങ്ങി നൽകിയിരുന്ന സ്നേഹം നിറഞ്ഞ പപ്പക്കും അമ്മയ്ക്കും. ഒരുപാട് തല്ലുണ്ടാക്കുമെങ്കിലും രാത്രിയിൽ വഴക്കെല്ലാം മറന്ന് ഞാൻ പറയുന്ന പ്രേതകഥകൾ കേട്ടുറങ്ങി എന്നിലെ ഭാവനയെ വളർത്തിയ പ്രിയപ്പെട്ട അനിയൻ ബ്രിട്ടാസിനും, ഞാൻ എഴുതിയ ഓരോ പേജും ക്ഷമയോടെ വായിച്ച് എനിക്കുവേണ്ട നിർദേശങ്ങൾ തന്ന് എഴുത്തിനെ പ്രോത്സാഹിപ്പിച്ച പ്രിയ സുഹൃത്ത് നിതിൻ എബ്രഹാമിനും, ഒരു രാത്രി മുഴുവൻ എനിക്കൊപ്പം ഇരുന്നു കഥകേട്ട് അവയിലെ നോവലിന്റെ സാധ്യത വ്യക്തമാക്കി തന്ന പ്രിയപ്പെട്ട ജിജോ സാറിനും, അവതാരിക എഴുതിത്തന്ന അദ്ദേഹത്തിന്റെ പ്രിയ പത്നി അശ്വതി ചേച്ചിക്കും, ദിവസങ്ങളോളം ജോലിത്തിരക്കുകൾ മാറ്റിവെച്ച് എനിക്കൊപ്പം ഇരുന്ന് തെറ്റുകൾ കണ്ടെത്തി തിരുത്തിതന്ന ആൽബർട്ട് റെജിക്കും. ഞാൻ എഴുതിയ കഥ വെറുതെ ആകില്ല എന്ന് ഉറപ്പുതന്ന് കൂടെനിന്ന എനിക്ക് ഏറ്റവും പ്രിയപ്പെട്ട ഫെൽമിയായ്ക്കും, സമയാ സമയങ്ങളിൽ വേണ്ട നിർദേശങ്ങൾ നൽകി കൂടെ നിന്ന കഥാകൃത്തും നോവലിസ്റ്റുമായ മോബിൻ മോഹനും, കഥയിലെ സിനിമ സാധ്യതയെ പറ്റി സംസാരിച്ച ശ്രീരാഗിനും, അൽഫിയക്കും, സർവോപരി ഈ പുസ്തകം വായിക്കാൻ പോകുന്ന പ്രിയപ്പെട്ട വായനക്കാർക്കും നന്ദി പറയുന്നു.

ഒന്ന്

മഴയാണ് എല്ലാത്തിന്റെയും ആരംഭം. മഴയത്തുണ്ടാകുന്ന എല്ലാ കാര്യങ്ങളിലും ദൈവത്തിന്റെ ഒരു കയ്യൊപ്പുണ്ടാകും. എന്നാൽ നിഗൂഢമായ പലതിനെയും അലിയിച്ചൊഴുക്കിക്കളയാൻ മഴയ്ക്ക് സാധിക്കും. അത്തരത്തിൽ ദൈവം ഉറങ്ങിപ്പോയ മഴയുള്ള രാത്രിയിലാണ് ഈ കഥ ആരംഭിക്കുന്നത്.

മലയോരപാതയിലൂടെ ആ ചുവന്ന കാർ അമിതവേഗതയിലാണ് വന്നുകൊണ്ടിരിക്കുന്നത്. ഓരോ വളവുകളിലും ടയർ റോഡിലുരഞ്ഞ് വലിയ ശബ്ദം പുറപ്പെടുവിച്ചുകൊണ്ടിരുന്നു. കാറിന്റെ വെളിച്ചത്തോടൊപ്പം ഇടിമിന്നലിന്റെ പ്രകാശവും മഴയുടെ തീവ്രത വ്യക്തമാക്കുന്നുണ്ടായിരുന്നു. മഴയുടെ ശക്തിയും ഇരുട്ടും കാരണം കാറിനകത്ത് എത്രപേരുണ്ട്, എന്താണ് നടക്കുന്നത് എന്നൊന്നും വ്യക്തമല്ല.

കോതമംഗലം 40 കിലോമീറ്റർ എന്നെഴുതിയ മൈൽക്കുറ്റിയെ മറികടന്ന് വാഹനം ഒരു നിരപ്പായ റോഡിലേക്ക് പ്രവേശിക്കുന്നു. റോഡ് തീർത്തും വിജനമാണ്. നിമിഷങ്ങൾ കടന്നുപോകുന്തോറും വാഹനത്തിന്റെ വേഗതയും വർദ്ധിച്ചുകൊണ്ടിരുന്നു. മലകൾക്കും മരങ്ങൾക്കുമിടയിലൂടെ ശബ്ദമുണ്ടാക്കി സഞ്ചരിക്കുന്ന കാറ്റും, മൃഗങ്ങളുടെ അലർച്ചയും, ചീവീടിന്റെ കരച്ചിലുമായി ആകെ അസ്വസ്ഥമായ രാത്രി.

പെട്ടെന്ന് ഒട്ടും പ്രതീക്ഷിക്കാതെ ഒരു സ്ത്രീരൂപം റോഡിന് നടുവിലായി വന്നു നിൽക്കുന്നു. ഇതുകണ്ടതും വെട്ടിക്കാൻ ശ്രമിച്ച കാർ വളരെ പെട്ടെന്ന് തന്നെ നിയന്ത്രണംവിട്ട് അടുത്തുണ്ടായിരുന്ന കലുങ്കിൽ ഇടിച്ചു തലകീഴായി മറിയുന്നു. പലതവണ മലക്കംമറിഞ്ഞ കാർ ഒടുവിൽ റോഡിനരികിലെ ചെങ്കുത്തായ കുഴിയിലേക്ക് ചെരിഞ്ഞു വീഴാറായി നിൽക്കുന്നു. കാർ തെന്നിമാറിയ പാതയിലൂടെ ചെളിവെള്ളം ശക്തിയായി ഒഴുകി. കാറിന്റെ ലൈറ്റുകൾ മാത്രം ഇരുട്ടിൽ തെളിഞ്ഞുനിന്നു.

രണ്ട്

ശാന്തിനികേതൻ ഇംഗ്ലീഷ് മീഡിയം സ്കൂൾ. സ്കൂളിനകത്തെ ഓഫീസ് റൂമിൽ രണ്ട് യുവതികൾ കാര്യമായി എന്തോ വർക്ക് ചെയ്യുകൊണ്ടിരിക്കുകയാണ്. അതിനിടെ തലയുയർത്താതെ അവരിലൊരാൾ സംസാരിച്ചു തുടങ്ങി,

'അന്ന മോളെ, പ്രിൻസിപ്പൽ പുറത്തു പോയിട്ടോ'

അന്ന തല ഉയർത്തി ഓഫീസ് ക്യാബിനിലേക്ക് നോക്കി. പ്രിൻസിപ്പലിന്റെ കസേര ശൂന്യമായിരുന്നു. ശേഷം വാതിലിലേക്ക് നോക്കുന്നു. അവിടെയും ആരെയും കാണാനില്ല.

അവൾ ഒരു ദീർഘനിശ്വാസം എടുത്തശേഷം അർച്ചനയെ നോക്കി. അർച്ചന അവളുടെ നോട്ടം മനസിലാക്കിയെന്നവണ്ണം പറഞ്ഞു.

'ഒന്നും പേടിക്കണ്ട. നോക്കിക്കോ ആളിപ്പോ എത്തും.'

ഇതുകേട്ടതും ഒന്നും മിണ്ടാതെ അന്ന വീണ്ടും വർക്ക് ചെയ്യാൻ തുടങ്ങുന്നു. നിമിഷങ്ങൾ പിന്നിട്ടതും ഓഫീസ് വാതിൽ പാതി തുറക്കുന്നു.

തല മാത്രം അകത്തേക്കിട്ട് ഒരു യുവാവ് പെർമിഷൻ ചോദിക്കുന്നു. അവന്റെ അലസമായ മുടിയും, ചുണ്ടുകളിലെ നിഷ്കളങ്കമായ പുഞ്ചിരിയും ആരെയും പെട്ടെന്നാകർഷിക്കുന്നതായിരുന്നു.

'അന്ന ടീച്ചറേ ഞാൻ അകത്തേക്കു വരട്ടെ?'

'ഇവിടെ അന്ന ടീച്ചർ മാത്രമല്ല അർച്ചനയും വർക്ക് ചെയ്യുന്നുണ്ട്.'

അർച്ചനയുടെ മറുപടി അനുവാദമായി കണ്ട് ഒരു കള്ളചിരിയോടെ അയാൾ വാതിൽ തള്ളിതുറന്ന് അന്നയുടെ അടുത്തേക്ക് നടന്നു. നടക്കുന്നതിനിടയിൽ അർച്ചനയെ നോക്കികൊണ്ടയാൾ പറഞ്ഞു.

'പക്ഷേ, എനിക്ക് അന്ന ടീച്ചറിനെയാണ് കാണേണ്ടത്.'

അന്ന ടീച്ചറുടെ ടേബിളിനുമേൽ കൈകൾവച്ച് അവളുടെ കണ്ണുകളിലേക്ക് നോക്കിക്കൊണ്ടവൻ ചോദിച്ചു,

'ഒരു കുട്ടിയുടെ അഡ്മിഷനുമായി ബന്ധപ്പെട്ട് കുറച്ചു വിവരങ്ങൾ തിരക്കാൻ വന്നതാണ്.'

'മകന് വേണ്ടി ആണോ?'

തല ഉയർത്താതെ തന്നെ അന്ന മറുചോദ്യം ചോദിച്ചു. ഇതുകേട്ടതും രണ്ട് കൈകൾകൊണ്ടും അല്ല എന്ന രീതിയിൽ ആംഗ്യം കാണിച്ചുകൊണ്ടവൻ പറഞ്ഞു,

'അയ്യോ തെറ്റിദ്ധരിക്കല്ലേ, ഇതെന്റെ ചേച്ചീടെ കുട്ടിക്ക് വേണ്ടിയാണ്. എന്റെ കല്യാണം കഴിഞ്ഞിട്ടില്ല. നോക്കുന്നുണ്ട്. ടീച്ചറിന്റെ പരിചയ...'

ഇത്രയും പറഞ്ഞപ്പോഴേക്കും അർച്ചന ഇടയിൽ കയറി ചോദിച്ചു

'അതെ അലക്സേ, അഡ്മിഷനൊക്കെ ജൂണിലല്ലേ? ഇതിപ്പോ നവംബറെ ആയിട്ടുള്ളൂ. പോയിട്ട് ആ സമയമാകുമ്പോ വാ.'

ഇതുകേട്ടതും അവളെ രൂക്ഷമായി നോക്കിക്കൊണ്ട് അവൻ പറഞ്ഞു.

'അതല്ല ടീച്ചർ. ഈ ഫീസ് കാര്യങ്ങളൊക്കെ അറിയണല്ലോ. പിന്നെ കുട്ടികളുടെ ഭാവി അല്ലെ അപ്പോ റിസ്ക് എടുക്കാനും വയ്യ. അതാ ഇടക്കൊക്കെ വന്ന് ടീച്ചർമാരൊക്കെ നല്ല പെരുമാറ്റമാണോ എന്നൊക്കെ നോക്കുന്നെ.'

'ഓഹോ അങ്ങനെയാണെങ്കിൽ നിങ്ങൾ പ്രിൻസിപ്പലിനെ കാണേണ്ടിവരും'

അർച്ചനക്ക് വിട്ടുകൊടുക്കാൻ ഒട്ടും തന്നെ താല്പര്യം ഇല്ലായിരുന്നു.

'ഞാൻ പോയി നോക്കിയായിരുന്നു. പുള്ളിക്കാരനവിടെ ഇല്ലല്ലോ. എന്നാ പറ്റി?'

അപ്പോൾ അർച്ചന പിറുപിറുത്തുകൊണ്ട് പറഞ്ഞു.

'അതെങ്ങനാ പ്രിൻസിപ്പാൾ പുറത്തുപോകുന്ന സമയമൊക്കെ കൃത്യമായി നോക്കി വെച്ചിരിക്കുകയാണല്ലോ.'

നിഷ്കളങ്കമായ ചിരിയോടെ വാച്ചിലേക്ക് നോക്കിക്കൊണ്ടവൻ പറഞ്ഞു.

'ഞാനെന്നാ പോയിട്ട് പിന്നെ വരാം'

അവൻ പോയ ഉടനെ തന്നെ അർച്ചന അന്നയുടെ മുന്നിൽ വന്നിരുന്നിട്ട് ചോദിച്ചു.

'സത്യം പറ അന്നമോളെ നിനക്ക് അവനെ ഇഷ്ടമല്ലേ?'

അവളിൽ നിന്ന് ആ ചോദ്യം അന്ന പ്രതീക്ഷിച്ചിരുന്നു. ദിവസവും

ഒരാൾ ഓഫീസിൽ കയറിയിറങ്ങുന്നു. എന്നും ഓരോരോ കാരണങ്ങൾ പറഞ്ഞ് അന്നയുടെ ടേബിളിനരികിൽ മാത്രം വന്ന് നിന്ന് സംസാരിക്കുന്നു. ഇതൊക്കെ പോരെ ആർക്കാണെങ്കിലും സംശയം തോന്നാൻ.

'ആ നോട്ടം. അതാണ് ഒട്ടും സഹിക്കാൻ വയ്യാത്തത്. എന്തോ പ്രത്യേകതയുണ്ട് അവന്റെ കണ്ണിന്.'

എവിടെയും തൊടാതെ അന്ന മറുപടി പറഞ്ഞു.

'പിന്നെ, പ്രത്യേകത. മാങ്ങാത്തൊലി. പ്രണയം തോന്നി തുടങ്ങിയാൽ എല്ലാവർക്കും ഇങ്ങനെയൊക്കെ തന്നെ തോന്നും. എന്നാപ്പിന്നെ നിങ്ങൾക്ക് തുറന്നു പറയാൻ പാടില്ലേ.'

മുഖത്തുവന്ന പുഞ്ചിരി അടക്കാൻ പ്രയാസപ്പെട്ടുകൊണ്ട് അവൾ മറുപടി പറഞ്ഞു.

'അതിന് എന്നെ പ്രതീക്ഷിക്കേണ്ട. അവന് വേണമെങ്കിൽ തുറന്നു പറയട്ടെ.'

അർച്ചന ഒരു ദീർഘനിശ്വാസം എടുത്തുകൊണ്ട് പറഞ്ഞു.

'ഹാ ഇത് ഇങ്ങനെ തന്നെ തീരുമെന്ന് തോന്നുന്നു. എന്തായാലും ചെക്കനെ കണ്ടിട്ട് ഒരു സിനിമാ നടന്റെ ലുക്ക് ഒക്കെയുണ്ട്.'

'എന്നാൽ നിനക്കങ്ങ് നോക്കാൻ പാടില്ലാരുന്നോ'

'ഓ അതെങ്ങനാ. അവൻ അന്നമോളുടെ സൗന്ദര്യത്തിൽ മയങ്ങി വീണേക്കുവല്ലേ.'

അർച്ചന അല്പം അസൂയ കലർത്തി പറഞ്ഞു. പിന്നെ എന്തോ ആലോചിച്ചശേഷം അവൾ ചോദിച്ചു.

'അല്ല നാളെ ആനിവേഴ്സറിക്ക് എങ്ങനാ? മുഴുവൻ സമയോം നീ സ്കൂളിൽ കാണുമോ?'

'അത്രേം നേരമൊന്നും നിൽക്കാൻ പറ്റില്ല. ഒരു ഒമ്പതൊക്കെ ആകുമ്പോൾ ഞാൻ പോകും. അല്ലേൽ ആ വാർഡൻ എന്നെ അകത്തുകയറ്റില്ല. നിനക്കറിയാലോ, അതൊരു പ്രത്യേകതരം സ്ത്രീയാ. പിന്നെ ഇത്രേം കുറഞ്ഞ വാടകയ്ക്ക് നല്ലൊരു സ്ഥലം വേറെ കിട്ടാത്തോണ്ട് മാത്രം പിടിച്ചു നിൽക്കുന്നതാ അവിടെ.

അതുപോട്ടെ നീ സമയം കളയാതെ നാളത്തേക്കുള്ള വർക്ക് തീർക്കാൻ നോക്ക്.'

അവർ വീണ്ടും വർക്കിലേക്ക് കടക്കുന്നു. നിശബ്ദതയിൽ കീബോർഡുകളിൽ ടൈപ്പ് ചെയ്യുന്ന ശബ്ദം മാത്രം അവിടെ നിറഞ്ഞുനിന്നു.

മൂന്ന്

സന്ധ്യാസമയം. സ്കൂളിൽ ആനിവേഴ്സറി നടന്നുകൊണ്ടിരിക്കുകയാണ്. അടിപൊളി ഡാൻസിന് പറ്റിയ പാട്ടെല്ലാം സ്റ്റേജിൽ നിന്ന് കേൾക്കുന്നുണ്ട്. രാത്രി നടക്കുന്ന പ്രോഗ്രാം ആയതിനാൽ സ്കൂളും പരിസരവും വളരെ മനോഹരമായി അലങ്കരിച്ചിട്ടുണ്ട്.

സമയം ഒൻപത് കഴിയാറായി. അന്ന ആരെയോ കാത്ത് സ്കൂളിന് പുറത്തെ ഗേറ്റിനരികിൽ നിൽക്കുകയാണ്.

ഇതിനിടയിൽ അതുവഴി കടന്നുപോകുന്ന കുട്ടികളുടെ മാതാപിതാക്കൾ അവളോട് സംസാരിക്കുന്നുണ്ട്. അവൾ ചിരിച്ചുകൊണ്ട് അതിനെല്ലാം മറുപടി പറയുന്നു.

ഒപ്പം തന്നെ അൽപം ടെൻഷനോടെ വാച്ചിലേക്ക് നോക്കുന്നുണ്ട്. അപ്പോൾ അന്നക്കൊരു കോൾ വരുന്നു. അവൾ അവിടെ നിന്നും കുറച്ച് മാറിനിന്നശേഷം ഫോൺ എടുത്തു. ദേഷ്യം കലർന്ന ശബ്ദത്തിൽ അവൾ സംസാരിച്ചു തുടങ്ങി,

'നീ ഇത് എവിടെയാണ് കുറെ സമയം ആയല്ലോ?

എന്ത്! വണ്ടിയുടെ താക്കോൽ കണ്ടില്ലെന്നോ. എന്നാ ഞാൻ നടക്കുവാ, നീ താക്കോൽ കിട്ടുമ്പോ വന്നാ മതി.'

'അവളെ നോക്കിനിന്ന എന്നെ വേണം പറയാൻ' ആരോടെന്നില്ലാതെ പിറുപിറുത്തുകൊണ്ട് അന്ന പതിയെ നടക്കാൻ തുടങ്ങി. വഴി അത്ര തിരക്കേറിയതല്ല. ഇടയ്ക്കിടയ്ക്ക് വാഹനങ്ങൾ വന്ന് പോകുന്നുണ്ട്. കടകളെല്ലാം പതിയെ അടക്കാനുള്ള തയാറെടുപ്പിലാണ്. അവൾ ഓട്ടോ വല്ലതും വരുന്നുണ്ടോ എന്നറിയാൻ പിന്നിലേക്ക് നോക്കികൊണ്ടിരുന്നു.

അർച്ചന വണ്ടിയുമായി ഇപ്പോൾ എത്തും എന്നുതന്നെ ആയിരു

ന്നു അന്നയുടെ മനസ്സിൽ. ഇടവഴിയിലേക്ക് കയറിയതും വെളിച്ചം അല്പാല്പമായി കുറഞ്ഞുവന്നു.

സ്ട്രീറ്റ് ലൈറ്റിന്റെ മങ്ങിയ വെട്ടം മാത്രം ഇടയ്ക്കുണ്ട്. അതും കൂടി ഇല്ലെങ്കിൽ താൻ പെട്ടുപോയേനെ എന്നവൾ മനസ്സിൽ ഓർത്തു.

വഴിയുടെ ഇരുവശവും ചെറിയ ചതുപ്പോട് കൂടിയ മുൾക്കാടുകളാണ്. മണ്ണിട്ട് ഒരുപാട് നികത്തേണ്ടിവരും എന്നതിനാലാവാം ആരും വീടുവയ്ക്കാൻ മുതിരാത്തത്. കറുപ്പും വെള്ളയും കലർന്ന നാടൻ പട്ടികൾ വേസ്റ്റ് കവറുകൾക്കിടയിൽ തലയിട്ട് പരതുന്നുണ്ടായിരുന്നു. അവളെ കണ്ടതും അതിലൊരെണ്ണം ഉറക്കെ കുരച്ചു. പിന്നീട് വീണ്ടും തല കവറിനകത്ത് കയറ്റി തീറ്റ തുടർന്നു.

സ്കൂളിൽ നിന്നും ഒറ്റക്ക് വരാൻ തോന്നിയ നിമിഷത്തെ അവൾ ശപിച്ചു. എത്രയും പെട്ടെന്ന് റൂമിലെത്താൻ വേണ്ടി അവൾ കാലുകൾ നീട്ടിവച്ച് നടന്നു. ദൂരെ നിന്നും പട്ടികൾ കുരക്കുന്ന ശബ്ദം ശല്യമായി തോന്നിയപ്പോൾ ബാഗിൽ നിന്ന് ഹെഡ്സെറ്റ് എടുത്ത് പാട്ടുകേട്ട് നടക്കാൻ തുടങ്ങി.

അൽപസമയം കഴിഞ്ഞതും പുറകിലാരോ തന്നെ പിന്തുടരുന്നതായി അവൾക്ക് തോന്നി. തിരിഞ്ഞു നോക്കി. പക്ഷേ, ആരെയും കാണാനില്ല. വഴി വിജനമാണ്.

ഹെഡ്സെറ്റ് ചെവിയിൽ നിന്ന് വലിച്ചൂരി ബാഗിലിട്ട ശേഷം വേഗത്തിൽ നടക്കാൻ തുടങ്ങി. ഒരുപാട് ചിന്തകളും അവൾക്കൊപ്പം യാത്രയാരംഭിച്ചു. പുറകെ ഓടിവന്നു കടിക്കുന്ന പട്ടികൾ മുതൽ തലേന്ന് കണ്ട രാക്ഷസൻ സിനിമയിലെ സൈക്കോ വരെ. അവൾ കണ്ണുകൾ ഇറുക്കിയടച്ചും തുറന്നും ചിന്തകളെ വഴി തെറ്റിക്കാൻ ശ്രമിച്ചു.

വെറുതെ ഒരു മൂളിപ്പാട്ട് പാടാൻ നോക്കിയിട്ടുപോലും വരികൾ മനസ്സിലേക്ക് എത്തിയില്ല. നെറ്റിയിൽ ചെറുതായി വിയർപ്പ് കണങ്ങൾ പൊടിഞ്ഞു. ഹൃദയം വളരെ വേഗത്തിൽ മിടിക്കുന്നതായി അവൾക്കനുഭവപ്പെട്ടു.

വീണ്ടും എന്തോ സംശയ ഭാവത്തിൽ അവൾ നിന്നു. തന്റെ ഹൃദയവും നിന്നതുപോലെ അന്നയ്ക്ക് തോന്നി. അൽപ്പം പേടിയോടെ തിരിഞ്ഞു നോക്കിയപ്പോൾ കണ്ടത് ചിരിച്ചുകൊണ്ട് നിൽക്കുന്ന അലക്സിനെയാണ്.

അവനാണെന്ന് മനസിലായപ്പോൾ ഒരു ദീർഘ നിശ്വാസം എടുത്തശേഷം അന്ന ഒന്നും മിണ്ടാതെ മുന്നോട്ടു നടന്നു. നടക്കുന്ന വഴി അവൻ കാണാതെ അവൾ വിയർപ്പുകണങ്ങൾ ഷാൾ കൊണ്ട് ഒപ്പിയെടുത്തു.

അലക്സ് പുറകെ ഓടിച്ചെന്ന് അന്നക്കൊപ്പം നടന്നു. അതിനിട

യിൽ അവളുടെ മുഖത്തേക്ക് നോക്കി. അല്പം ദേഷ്യത്തിലാണ് ആളെ ന്ന് മുഖഭാവത്തിൽ നിന്നവൻ മനസ്സിലാക്കി.

'അർച്ചന എന്നെ വിളിച്ചായിരുന്നു നീ ഒറ്റക്കാണ് കൂടെ ചെല്ലാമ്മോന്ന് ചോദിച്ച്.'

അവൾ അവനെ നോക്കി.

'അതിന് അവളോട് വണ്ടി കൊണ്ടുവരാനല്ലേ ഞാൻ പറഞ്ഞത്.'

'അത് പിന്നെ അർച്ചനയ്ക്ക് നല്ല സുഖമില്ലാ അതാ.'

'ആണോ എന്നാ ഒന്നൂടെ അവളെ വിളിച്ചു നോക്കട്ടെ, ഞാനറിയാത്ത എന്ത് അസുഖാ അവൾക്കെന്ന് അറിയണല്ലോ'

അന്ന ബാഗിൽ നിന്നും ഫോണെടുത്തു. അപ്പോൾ അവൻ ഓടി മുമ്പിൽ ചെന്ന് പുറകിലേക്ക് അവൾക്കൊപ്പം നടന്നുകൊണ്ട് കൈ ഉയർത്തി കാണിച്ചു. അവന്റെ കൈയിൽ വണ്ടിയുടെ താക്കോൽ. ഇത് കണ്ടതും ആശ്ചര്യത്തോടെ അന്ന ചോദിച്ചു.

'ഇതല്ലേ അവളുടെ താക്കോൽ ഇതെങ്ങനെ നിനക്ക് കിട്ടി?'

'അത് പിന്നെ അവൾ ഹെൽമെറ്റ് എടുക്കാൻ പോയപ്പോൾ ഊരിയെടുത്തതാ. അല്ലെങ്കിൽ തന്നെ ഇങ്ങനെ ഒറ്റയ്ക്ക് കിട്ടില്ലല്ലോ.'

അന്ന അവനെ രൂക്ഷമായി നോക്കികൊണ്ട് മുന്നിലേക്ക് കയറി നടന്നു. അവളിലൊരു പുഞ്ചിരി വിരിഞ്ഞു. അവൻ വീണ്ടും അവൾക്കൊപ്പമെത്തി മുഖത്തേക്ക് നോക്കി ചിരിച്ചു.

'അല്ല ഒറ്റയ്ക്ക് കിട്ടിയിട്ട് എന്തിനാ'

അന്ന ചോദിച്ചു. അവർ ഒരു നിമിഷം അവിടെ തന്നെ നിന്നു അവളുടെ മുഖത്ത് നിന്ന് കണ്ണെടുക്കാതെ അലക്സ് പറഞ്ഞു.

'ഇങ്ങനെ നോക്കല്ലേ. നിന്റെ കണ്ണിലേക്ക് നോക്കുമ്പോൾ തന്നെ വേറെ ഏതോ ലോകത്ത് എത്തുന്നപോലെ.'

ഇതുകേട്ടതും പൊട്ടിച്ചിരിച്ചുകൊണ്ട് അവൾ പറഞ്ഞു.

'ഇരുട്ടത്ത് എങ്ങനെയാടോ താനെന്റെ കണ്ണിത്ര വ്യക്തമായി കണ്ടത്. ഓരോ സിനിമ ഡയലോഗും കൊണ്ട് ഇറങ്ങിക്കോളും.'

അവൻ ചെറുതായൊന്നു ചമ്മി.

'അതല്ല, കണ്ണ് ഞാൻ മുമ്പ് കണ്ടിട്ടുണ്ടല്ലോ. പിന്നെ ഡയലോഗ് പകൽ പറയാൻ പഠിച്ചുവെച്ചതാണ്. ടെൻഷൻ കാരണം ടൈമിംഗ് മാറിപ്പോയി അതാ'

അവർ വീണ്ടും മുന്നോട്ട് നടന്നു.

'അലക്സ് ഇപ്പോൾ എന്തു ചെയ്യുവാ?'

'അപ്പു എന്ന് വിളിച്ചാൽ മതി. ചെറുപ്പം തൊട്ട് എല്ലാവരും അങ്ങ

നെയാണ് വിളിക്കുന്നേ. ഞാൻ ഇവിടെ പാരാനോർമൽ സ്റ്റഡീസിൽ റിസർച്ച് നടത്തിക്കൊണ്ടിരിക്കുന്നു.'

'പാരാനോർമൽ. അതീ പ്രേതങ്ങളെ പറ്റി?'

അവൾ സംശയത്തോടെ നോക്കി.

'അതുതന്നെ. ഓരോ മതത്തിലെയും ശവസംസ്കാര രീതികളും ആ പ്രദേശത്തിന്റെ പ്രത്യേകതകളും പിന്നെ പറയപ്പെടുന്ന പ്രേതകഥകളുമെല്ലാം അതിൽ വരും.'

അതുകേട്ട് തലയാട്ടിക്കൊണ്ടവൾ മുന്നോട്ടു നടന്നു. പിന്നീട് കുറച്ചുനേരത്തേയ്ക്ക് അവർ ഒന്നുംതന്നെ സംസാരിച്ചില്ല. സ്ട്രീറ്റ് ലൈറ്റിന്റെ വെളിച്ചത്തിൽ അവൻ അവളുടെ മുഖം ശ്രദ്ധിച്ചു.

ശാന്തമായ, ആരെയും ആകർഷിക്കുന്ന മുഖം. വീശുന്ന കാറ്റിൽ അവളുടെ മുടിയിഴകൾക്കൊപ്പം കാതിലെ വലിയ കമ്മലുകളും മെല്ലെ ആടുന്നുണ്ടായിരുന്നു. വെള്ള നിറത്തിലുള്ള ചുരിദാർ. അതിനു ചേരുന്ന തരത്തിലൊരു നീല ഷാൾ നീളൻ മുടിയ്ക്ക് കുറുകെ ഇട്ടിരുന്നു.

തണുത്ത കാറ്റുള്ള രാത്രിയിൽ അവൾക്കൊപ്പം നടക്കുമ്പോൾ എന്തോ ഒരാകർഷണം. തന്റെ കൈ അവളുടെ കയ്യോട് ചേർക്കാൻ അവനു തോന്നി. അവളുടെ കയ്യിലെ കുപ്പിവള കിലുക്കമല്ലാതെ മറ്റൊന്നും അവനപ്പോൾ കേൾക്കുന്നുണ്ടായിരുന്നില്ല. അന്നയെ മെല്ലെ തന്നിലേക്ക് ചേർത്തു നിർത്താൻ അലക്സ് ആഗ്രഹിച്ചു.

മങ്ങിയ വെളിച്ചത്തിൽ അവളെ കാണാൻ ഏതോ ഒരു പഴയ ബ്ലാക്ക് ആൻഡ് വൈറ്റ് ചിത്രത്തിലെ സുന്ദരിയായ നായികയെ പോലെ. അവന്റെ ഹൃദയമിടിപ്പ് വല്ലാതെ കൂടുന്നുണ്ടായിരുന്നു. അല്ലെങ്കിലും ആഗ്രഹങ്ങൾക്കൊന്നും അധികനേരം ആരെയും വീർപ്പുമുട്ടിക്കാൻ കഴിയില്ല. അവൻ അവളെ പേര് ചൊല്ലി വിളിച്ചുകൊണ്ട് ചോദിച്ചു.

'അന്ന, നീ ആരെയെങ്കിലും സ്നേഹിക്കുന്നുണ്ടോ?'

ഒട്ടും പ്രതീക്ഷിക്കാത്ത ചോദ്യമായതിനാൽ ആദ്യം അവൾ ഒന്നും മിണ്ടിയില്ല. പിന്നെ പതിയെ പറഞ്ഞു തുടങ്ങി.

'ഉണ്ടായിരുന്നു. മൂന്ന് വർഷം മുമ്പത്തെ കഥയാണ്. ആദി എന്നായിരുന്നു പേര്. ഒരു പാവം. എന്നെ ഒരുപാട് ഇഷ്ടമായിരുന്നു. ഞങ്ങളുടെ കല്യാണമൊക്കെ തീരുമാനിച്ച സമയത്താണ് അതുണ്ടായത്. അവൻ സൂയിസൈഡ് ചെയ്തു! കാരണമെന്താണെന്ന് ആർക്കും അറിയില്ല. അതിൽ പിന്നെ ഞാൻ വളരെ ഡിപ്രെസ്ഡ് ആയിരുന്നു. കുറെ സമയമെടുത്തു ഒന്ന് നോർമലാകാൻ. ഇപ്പോഴും അവനെന്റെ കൂടെയുള്ളതുപോലെയാണ് തോന്നാറ്.'

അവൾ കണ്ണീർത്തുടച്ചു. കഥ കേട്ടതും അലക്സ് ചുറ്റും നോക്കി.

അന്ന അത് കണ്ടു.

'നീ എന്താ നോക്കുന്നത്.'

'അല്ല അവൻ കൂടെതന്നെയുണ്ടന്ന് പറഞ്ഞതുകൊണ്ട് നോക്കിയതാണ്.'

'പോടാ' അന്ന ചിരിച്ചുകൊണ്ട് പറഞ്ഞു

അവളുടെ ചിരി കാണാൻ നല്ല ഭംഗിയായിരുന്നു. അവൻ വീണ്ടും സംശയ ഭാവത്തിൽ ചോദിച്ചു.

'ഇപ്പോ ആരെയെങ്കിലും സ്നേഹിക്കുന്നുണ്ടോ?'

അവൾ അപ്പോൾ തന്നെ മറുപടി പറഞ്ഞു

'ഉണ്ടല്ലോ'

പെട്ടെന്ന് അവന്റെ മുഖം വല്ലാതായി. ഒരു നിമിഷം അവിടെ നിന്നു. നടത്തം തുടർന്നുകൊണ്ട് തന്നെ അന്ന ചോദിച്ചു.

'എന്താ മാഷേ അവിടെ തന്നെ നിക്കുവാണോ? വീട്ടിലേക്ക് കുറച്ചുകൂടി ദൂരമുണ്ട്.'

പിന്നീട് അവരൊന്നും സംസാരിച്ചില്ല. വീടിന് മുന്നിലെത്തിയപ്പോൾ ഗേറ്റ് പൂട്ടി കിടക്കുവായിരുന്നു.

'ഈ വല്ല്യമ്മേനെക്കൊണ്ട് തോറ്റു'

അവൾ ആരോടെന്നില്ലാതെ പിറുപിറുത്തു.

'ഗേറ്റ് പൂട്ടിയേക്കുവാണല്ലോ ഇനി എന്ത് ചെയ്യും?'

അവൻ അല്പം ശബ്ദം താഴ്ത്തി നിരാശ കലർന്ന മട്ടിൽ ചോദിച്ചു. അവന്റെ മുഖത്തെ വിഷാദ ഭാവം ആസ്വദിക്കുന്ന മട്ടിൽ ഒരു ചെറു ചിരിയോടെ അവൾ പറഞ്ഞു,

'എന്ത് ചെയ്യാൻ മതിൽ ചാടാൻ നീ എന്നെ സഹായിക്കും.'

'മതിൽ ചാടാനോ?'

അവൻ ഉറക്കെ ചോദിച്ചു. അവൾ കൈകൊണ്ട് ശബ്ദം താഴ്ത്താൻ പറഞ്ഞ് ചുറ്റും നോക്കി.

'മതിൽ ചാടാനോ... എങ്ങനെ?'

അവൻ ശബ്ദം താഴ്ത്തി ചോദിച്ചു.

'ഇനി അതും ഞാൻ പഠിപ്പിക്കണോ?'

അവൾ അവന്റെ കയ്യിൽ പിടിച്ചു വലിച്ചുകൊണ്ട് മതിലിനരികിലേക്കു ചെന്നു. അവൻ കാൽമുട്ട് അൽപ്പം മടക്കി കൈകൾ കോർത്തു പിടിച്ചു. അന്ന ആ കൈകളിൽ ചവിട്ടി മതിലിനു മുകളിൽ കയറിയ ശേഷം, ഗേറ്റിനരികെ വന്നു നിന്ന് അവന്റെ നേരെ കൈവീശി ഗു

ഡ്നൈറ്റ് പറഞ്ഞു. അവൻ തല താഴ്ത്തി ഗേറ്റിന് പുറത്തുനിന്നു. ഗേറ്റിൽ പതിയെ തട്ടി ശബ്ദമുണ്ടാക്കി അന്ന അവന്റെ ശ്രദ്ധ പിടിച്ച് പറ്റിക്കൊണ്ട് ആരോടെന്നില്ലാതെ പറഞ്ഞു.

'എന്ത് ചെയ്യാനാ ഈ ഗേറ്റ് അടച്ചില്ലായിരുന്നെങ്കിൽ നിന്നെ ഹഗ് ചെയ്യാമായിരുന്നു.'

ഇതുകേട്ടതും അലക്സ് തലയുയർത്തി നോക്കി. അന്ന അവനെ നോക്കി ചിരിച്ചുകൊണ്ട് നിൽക്കുന്നുണ്ടായിരുന്നു. അവൻ വേഗം മതിലുചാടി അവളുടെ മുന്നിൽ വന്നു നിന്നു.

'ഇപ്പോഴോ?'

അന്ന ഒന്നും മിണ്ടാതെ അവനെ മുറുകെ കെട്ടിപിടിച്ചു. അവനും അവളെ ചേർത്ത് പിടിച്ചു.

'വെള്ള ചുരിദാറിൽ നല്ല രസമുണ്ട്ട്ടോ കാണാൻ'

'ഓഹോ അത് പറയാൻ ഇത്രേം നേരം വേണ്ടി വന്നോ?' അന്ന ഒരു കുസൃതിയോടെ തിരിച്ചു ചോദിച്ചു.

'അതല്ല നാളേക്ക് പറയാൻ മാറ്റി വച്ചതാ. ഇനീപ്പോ അതിന്റെ ആവശ്യം ഇല്ലല്ലോ?'

'ഈ കഴുത'

അന്ന സ്നേഹത്തോടെ അവന്റെ തലയിൽ ഒരു തട്ട് വച്ച് കൊടുത്തു. പെട്ടെന്ന് താഴത്തെ മുറിയിലെ ലൈറ്റ് തെളിഞ്ഞപ്പോൾ അന്ന അവനെ വിട്ട് മുകളിലത്തെ നിലയിലേക്കുള്ള സ്റ്റെപ്പ് ഓടി കയറി. ഫോൺ ചെയ്യാം എന്ന് ആംഗ്യം കാണിച്ചുകൊണ്ട് അലക്സ് തിരികെ മതിൽ ചാടി.

നാല്

സായാഹ്നം. ബീച്ചിൽ അത്യാവശ്യം നല്ല തിരക്കുണ്ട്. അസ്തമയ സൂര്യനും, പ്രണയിക്കുന്നവരും, കച്ചവടക്കാരും, കുട്ടികളുമെല്ലാമായി ബീച്ച് വളരെ സൗന്ദര്യമുള്ളതായി തീർന്നിരിക്കുന്നു. അതിൽ നിന്നെല്ലാം ഒഴിഞ്ഞുമാറി അന്നയും അലക്സും ഇരിക്കുകയാണ്. അവൾ കൈവിരൽകൊണ്ട് മണൽത്തരികളിൽ എന്തോ വരക്കുന്നുണ്ട്. അതോടൊപ്പം ഇടയ്ക്കിടക്ക് ഒളികണ്ണിട്ട് അലക്സിനേയും നോക്കുന്നുണ്ട്.

അലക്സ് ഇതൊന്നും ശ്രദ്ധിക്കാതെ കടലിലേക്കും നോക്കി ഇരിക്കുകയാണ്. ഇമകൾ ചിമ്മാതെയുള്ള ആ ഇരുപ്പു കണ്ടാലറിയാം അവൻ മറ്റെന്തോ ചിന്തയിലാണ്. സൂര്യൻ പതിയെ കടലിലേക്ക് താഴാൻ തുടങ്ങിയിരിക്കുന്നു. കാറ്റിൽ അന്നയുടെ മുടിയിഴകൾ പാറി നടക്കുന്നുണ്ട്. സായാഹ്ന സൂര്യകിരണങ്ങൾ അവളുടെ മുടിയിഴകളിൽ ചെമ്പുനിറം കലർത്തി. ഏറെ നേരത്തെ മൗനത്തിന് വിരാമമിട്ടുകൊണ്ട് അന്ന സംസാരിച്ചു തുടങ്ങി.

'ഇങ്ങനെ കടല് കണ്ടോണ്ടിരിക്കാനാണോ വിളിച്ചോണ്ട് വന്നേ? എന്തേലും ഒക്കെ സംസാരിച്ചൂടെ?'

അലക്സ് അവളുടെ മുഖത്തേക്കു നോക്കി. ചെറിയ ഒരു പരിഭവം മുഖത്തുണ്ട്. മണലിൽ എഴുതികൊണ്ടിരുന്ന അവളുടെ കൈകളെ തന്റെ കൈകളിലേക്ക് ചേർത്തുകൊണ്ട് അവൻ ചോദിച്ചു.

'പറ എന്തിനെ പറ്റിയാ നമുക്ക് സംസാരിക്കണ്ടത്?'

'ശരിക്കും നിനക്കീ പ്രേതങ്ങളിലൊക്കെ വിശ്വാസമുണ്ടോ?' ആകാംഷ കലർന്ന അവളുടെ ചോദ്യം കേട്ട് അലക്സ് അവളെ നോക്കി ചിരിച്ചു.

'പ്രണയിച്ചു തുടങ്ങിയ ആദ്യത്തെ ദിവസം ചോദിക്കാൻ പറ്റിയ ചോദ്യം'

തെല്ലു പരിഭവത്തോടെ കൈവിടുവിച്ചുകൊണ്ട് അന്ന പറഞ്ഞു.

'അല്ലേലും ചെറുക്കന്മാർ ഇങ്ങനെയാണ്. പെൺപിള്ളേർ വളഞ്ഞു കഴിഞ്ഞാൽ പിന്നെ ഭയങ്കര ആറ്റിറ്റ്യൂഡ് ആയിരിക്കും.'

അവൾ വീണ്ടും മണലിൽ വിരൽ ചേർത്തു. പരിഭവം കണ്ട് അവളെ ചേർത്ത് പിടിച്ചുകൊണ്ട് അലക്സ് പറഞ്ഞു.

'അങ്ങനെ പിണങ്ങല്ലേ. ഒരു കാര്യത്തിൽ വിശ്വസിച്ചാൽ അല്ലെ അതിനെ പറ്റി പഠിക്കാൻ പറ്റൂ. എന്നാ പറ്റി, ഹൊറർ ഒക്കെ അത്ര ഇഷ്ടമാണോ?'

'ഇഷ്ടമാണോന്നോ? ഞാനും അർച്ചനയും എല്ലാ ഹൊറർ മൂവീസും രാത്രി ഇരുന്നു കാണും. പക്ഷേ, എന്താന്നറിയില്ല പ്രേതം വരാൻ നേരം കണ്ണടക്കും. പിന്നെ പോയി എന്ന് അവൾ പറയുമ്പോളേ ഞാൻ കണ്ണ് തുറക്കൂ.'

അൽപം ചമ്മലോടെ അന്ന പറഞ്ഞുനിർത്തി. അവളുടെ നിഷ്കളങ്കമായ മറുപടി അവന്റെ ചുണ്ടിൽ പുഞ്ചിരി വിടർത്തി.

'എന്തായാലും റൊമാന്റിക് മൂഡ് നീ ഹൊറർ മൂഡാക്കി. എന്നാ പിന്നെ ഒരു കഥ പറയട്ടെ?'

'കഥയോ, എന്ത് കഥ? ഈ സിനിമാ കഥയൊക്കെ പോലെയാണോ. അതോ പണ്ടത്തെ മുത്തശ്ശിക്കഥ പോലെയാണോ ഒരിടത്തൊരിടത്ത്...'

അവൾ ആകാംഷയോടെ അവനെ നോക്കി. അവളുടെ കണ്ണുകളിലെ കൗതുകം ശരിക്കും അവനാസ്വദിച്ചു.

'ഇത് പഴയൊരു പുതിയ കഥയാണ്. കഥയുടെ പ്രത്യേകത എന്തെന്ന് വച്ചാൽ, ഇതൊരു ട്രൂ സ്റ്റോറിയാണ്. അവസാനം ഈ കഥയിൽ നീ പ്രതീക്ഷിക്കാത്ത ഒരു ട്വിസ്റ്റും ഉണ്ടാകും.'

കഥ കേൾക്കാൻ അവൾ തയ്യാറായി.

അഞ്ച്

കൂനൻമാവ് പള്ളിയിലെ പെരുന്നാൾ വർഷത്തിൽ അപൂർവമായി പെയ്തിറങ്ങുന്ന ആലിപ്പഴത്തിന്റെ കുളിരുപോലെയാണെന്ന് പഴമക്കാർ പറഞ്ഞു കേട്ടിട്ടുണ്ട്. ഒരിക്കൽ അതനുഭവിച്ചാൽ ജീവിതകാലം മുഴുവൻ ഓർത്തിരിക്കും. പെരുന്നാളിന്റെ അവസാന രാത്രി, അത് ഞങ്ങൾ പ്രദേശവാസികൾക്ക് ഒരൊന്നൊന്നര ആഘോഷം തന്നെയായിരിക്കും. ആ രാത്രിയിലെ പ്രദക്ഷിണം അവസാനിക്കുമ്പോൾ പലരുടെയും ജീവിതത്തിൽ പ്രതീക്ഷിക്കാത്ത മാറ്റങ്ങൾ ഉണ്ടാകുന്നു.

അസീസ്സി പുണ്യാളന്റെ അനുഗ്രഹങ്ങൾ വാങ്ങിക്കാനായി ദൂരദേശത്തുനിന്ന് വരെ ജനങ്ങൾ ആ രാത്രി അവിടെ എത്തിച്ചേരുമായിരുന്നു. പുണ്യാളന്റെ അനുഗ്രഹത്തിന് പേരുകേട്ട കൂനൻമാവ് പള്ളിയിലെ പെരുന്നാൾ തന്നെയാണ് എന്റെ ജീവിതവും മാറ്റിമറിച്ചത്.

എല്ലാവർഷവും അനുഗ്രഹങ്ങൾ വാരിക്കോരി നൽകിയിരുന്ന പുണ്യാളൻ അന്ന് രാത്രി എനിക്കായി കരുതിവെച്ചത് അൽപം വ്യത്യസ്തമായ ഒന്നായിരുന്നു. ഇനിയിപ്പോ പുണ്യാളൻ ഉറങ്ങിയ സമയത്ത് ചെകുത്താൻ പണി തന്നതാണോ എന്നൊന്നും അറിയില്ല!

അല്ലേലും കഥ പറയുമ്പോൾ ഒരുപാട് വിശദീകരണം നല്ലതല്ല. കഥ കഥയായി തന്നെ തുടരട്ടെ. എനിക്കന്ന് 17 വയസ്സ്.

ആറ്

2012 കാലഘട്ടം. ഒരു പള്ളി പെരുന്നാൾ രാത്രി. ഐസ്ക്രീമിനായി ബഹളം കൂട്ടുന്ന കുട്ടികൾ. പ്രദക്ഷിണത്തിന് പോകാൻ ഒരുങ്ങി നിൽക്കുന്ന വിശ്വാസികൾ. വിശുദ്ധന്റെ തിരുശേഷിപ്പുമായി മുന്നിൽ നിൽക്കുന്ന അച്ചൻ. പ്രദക്ഷിണം തിരികെയെത്തുമ്പോൾ പൊട്ടിക്കാനായി പടക്കം ഒരുക്കുന്നവർ. ഇതൊക്കെയായി പെരുന്നാൾ രാത്രി ആകെ ബഹളമയമാണ്. അവിടെനിന്ന് അൽപ്പം മാറി പള്ളിയിലെ വലിയ സെമിത്തേരിയിലാണ് കഥ ആരംഭിക്കുന്നത്. പെരുന്നാൾ ആയതിനാലാവാം മിക്ക കല്ലറകളിലും തിരികൾ തെളിഞ്ഞു നിൽക്കുന്നുണ്ട്. സെമിത്തേരിക്കരികിൽ ബൾബിന്റെ വെട്ടം കടന്നു ചെല്ലാത്തിടുത്തുനിന്ന് ശബ്ദം താഴ്ത്തിയുള്ള സംസാരം കേൾക്കുന്നു.

ഒന്നാമൻ: കോപ്പ് എന്റെ ഐസ്ക്രീം തീരാറായി. നമുക്ക് ഒരെണ്ണം കൂടി മേടിച്ചാലോ?

രണ്ടാമൻ: ഇനിയുമോ? എന്റെ കൈയിൽ പൈസ ഇല്ല.

മൂന്നാമൻ: ഇനിയിപ്പോ എന്ത് ചെയ്യും. നമുക്ക് വീട്ടുകാരോട് ചോദിച്ചാലോ?

'അതിനിപ്പോ അവര് പ്രദക്ഷിണത്തിനു പോയേക്കുവല്ലേ. ഇപ്പൊ പോയാൽ നമ്മളെ പ്രദക്ഷിണത്തിന് കേറ്റും, ഞാനില്ല.'

'എന്നാൽ ഞാനൊരു ഐഡിയ പറയട്ടെ'

'എന്ത് ഐഡിയ?'

'അവർ പ്രദക്ഷിണം കഴിഞ്ഞ് വരാൻ എന്തായാലും ഒരു മണിക്കൂറെങ്കിലും എടുക്കും. അതുവരെ നമുക്കൊരു കളി കളിക്കാം'

'എന്റെ പൊന്നു സെബാനെ കാര്യം പറ?'

എബിൻ ദേഷ്യത്തോടെ ശബ്ദമുയർത്തി ചോദിച്ചു. സെബാൻ ശബ്ദം താഴ്ത്തി ഗൗരവത്തിൽ പറഞ്ഞു തുടങ്ങി.

'നമ്മൾ മൂന്നു പേരുണ്ട്. ഓരോരുത്തരും ഓരോ പ്രേത കഥ പറയണം. അതിൽ ഏറ്റവും മോശം കഥ പറയുന്ന ആൾ ബാക്കി രണ്ടുപേർക്ക് ഐസ്ക്രീം മേടിച്ചു കൊടുക്കണം.'

'പ്രേത കഥയോ? അതും ഈ സെമിത്തേരിയുടെ അടുത്തുവച്ചോ?'

'അപ്പൂന് പേടിയാണെങ്കി നീ കളിക്കണ്ട വീട്ടിൽ പൊക്കോ'

'പേടിയൊന്നൂല്ല നമ്മൾ മൂന്നുപേരില്ലേ അപ്പോ കുഴപ്പോല്ലാ'

'അപ്പോൾ തുടങ്ങുവല്ലേ ആരാ ആദ്യം പറയണേ?'

(എല്ലാ മാറ്റങ്ങൾക്ക് പിന്നിലും ഒരു കഥയുണ്ടാകും. ചില കഥകൾ കേട്ട് കഴിഞ്ഞാൽ അവ നമുക്ക് പിടിതരാതെ മനസിന്റെ ആഴങ്ങളിൽ പോയി ഒളിച്ചിരിക്കും. എന്നാൽ ചില കാറ്റുകൾ രൂപപ്പെടുത്തുന്ന ചുഴിയിൽ ആ കഥകൾ പൊന്തിവരും. എന്നിട്ട് ഓളങ്ങൾക്കൊപ്പം ഒഴുകി നടക്കും. മരിച്ച് മണ്ണോടടിയുന്നതുവരെ ആ കഥകൾ നമ്മളെ നിയന്ത്രിച്ചുകൊണ്ടേയിരിക്കും.)

ഒന്നാമത്തെ കഥ: അപ്പുവിന്റെ കഥ

കനകക്കുന്ന് എന്ന് പറയുന്ന ഒരു ഗ്രാമം. അവിടെ വളരെ പഴക്കം ചെന്ന ഒരു ഇല്ലത്തിൽ അമ്മയും നാലുമക്കളും ജീവിച്ചിരുന്നു.

അമ്മ ഏറെകുറേ വാർദ്ധക്യത്തിലേക്ക് അടുത്തിരുന്നു. അവരുടെ മൂത്ത മൂന്ന് ആൺമക്കളും പ്രായമേറിയിട്ടും കല്യാണം കഴിച്ചിട്ടില്ലായിരുന്നു. അതിനുകാരണമായി അവർ പറയുന്നത് ആ ഇല്ലത്തിന് ഒരു ശാപം ഏറ്റിട്ടുണ്ടെന്നാണ്. അതുമാറാതെ കല്യാണം കഴിച്ചാൽ അവരുടെ വംശം വേരോടെ നശിക്കുമെന്നാണ് വിശ്വസിച്ചിരുന്നത്.

ഇതിനെ പറ്റി അവരുടെ കുഞ്ഞുപെങ്ങൾ ചോദിക്കുമ്പോഴൊക്കെ അമ്മ പറയുന്നത് 'മോള് വളർന്നു വലുതായിട്ട് വേണം ഇതൊക്കെ ഇല്ലാതാക്കാൻ. ഞങ്ങളെ രക്ഷിക്കാൻ' എന്നായിരുന്നു.

ഇതൊക്കെ പറയുമ്പോൾ ആ അമ്മയുടെ കണ്ണുകൾ നിറഞ്ഞിരുന്നു. കുടുംബത്തിലെ അവസാനത്തെ ആളായിരുന്നു സുമതി. വളരെ താമസിച്ചായിരുന്നു സുമതി ആ കുടുംബത്തിലേക്ക് കടന്നുവന്നത്. അതിനാൽ തന്നെ അവരെല്ലാവരും സുമതിയെ ഓമനിച്ചാണ് വളർത്തിയത്. സുമതിയുടെ ലോകം എന്നത് അമ്മയുടെ കഥകളായിരുന്നു. ഒരുപാട് കഥകൾ പറയുമായിരുന്നെങ്കിലും ചേട്ടന്മാർ പറയുന്ന

ശാപം കിട്ടിയ കഥ അമ്മ അവളോട് പറഞ്ഞിരുന്നില്ല.

അങ്ങനെ കഥകളുടെ ലോകത്ത് ഒരുപാട് സ്വപ്നംകണ്ട് അവൾ വളർന്നു. വർഷങ്ങൾ കടന്നുപോയി. അവൾ ഋതുമതിയായി. അതെല്ലാവരും ആഘോഷിച്ചു. അന്ന് അമ്മ അവൾക്ക് പായസം ഉണ്ടാക്കി കൊടുത്തു. ചേട്ടന്മാർ കുഞ്ഞനുജത്തിക്ക് പുതിയ ഉടുപ്പുകൾ വാങ്ങി നൽകി. വീട്ടിൽ എല്ലാർക്കും പതിവില്ലാത്ത സന്തോഷമായിരുന്നു ആ ദിവസം.

അന്ന് രാത്രി അമ്മ അവൾക്ക് ഒരു പുതിയ കഥ പറഞ്ഞുകൊടുക്കാൻ തുടങ്ങി. അവൾ പുതിയ ഉടുപ്പൊക്കെ ധരിച്ച് അമ്മയോട് ചേർന്ന് കിടന്ന് കഥ കേൾക്കാൻ തുടങ്ങി.

'ഒരിടത്തൊരിടത്ത് ഒരു സുന്ദരനായ ചെറുപ്പക്കാരൻ ഉണ്ടായിരുന്നു. നാരായണൻ എന്നായിരുന്നു അയാളുടെ പേര്. നല്ല കരുത്തുറ്റ ശരീരമായിരുന്നു നാരായണന്റേത്. ഉത്സാഹിയും അധ്വാനശീലനുമായതിനാൽ ചെറു സമ്പന്നൻ കൂടിയായിരുന്നു അയാൾ. കാടുകൾ വെട്ടിതെളിച്ച് ഭൂമി സ്വന്തമാക്കുന്നത് നാരായണന്റെ സ്വഭാവമായിരുന്നു. അയാളുടെ ആണ്മക്കൾക്ക് വേണ്ടി ഒരുപാട് സ്ഥലങ്ങൾ സ്വന്തമാക്കി കൊണ്ടേയിരുന്നു.

അങ്ങനെ ഒരിക്കൽ കൃഷിക്ക് യോഗ്യമായ ഒരു മലഞ്ചെരിവ് അയാൾ കണ്ടെത്തി. അന്നത്തെ കാലത്ത് കൃഷികൾ കൂടുതലും ചെയ്തിരുന്നത് മലഞ്ചെരുവിലായിരുന്നു. കാടുവെട്ടിതെളിച്ച് അവിടെ തീയിട്ട് കത്തിച്ച് പിന്നീട് ആ ചാരം വളമാക്കി കൃഷി ചെയ്യുന്ന രീതിയായിരുന്നു അന്നുണ്ടായിരുന്നത്.

ഒരുദിവസം കാടുവെട്ടിത്തെളിച്ച് മുന്നോട്ടുപൊയ്ക്കോണ്ടിരുന്ന അയാൾ ആ കാഴ്ച കണ്ട് അത്ഭുതപെട്ടു!

കല്ലുകൾകൊണ്ട് കെട്ടി പാതി തകർന്ന നിലയിൽ അവിടെ ചെറിയൊരു ക്ഷേത്രം. അയാൾ വളരെ ശ്രദ്ധയോടെ അതിനകത്ത് കയറി. കണ്ടാൽ പേടി തോന്നുന്ന തരത്തിലുള്ള ആരാധന മൂർത്തിയുടെ ശില്പം. അതിനുചുറ്റും പൂക്കളും കോഴിത്തലയും. അടുത്തെങ്ങും നിൽക്കാൻ സാധിക്കാത്തവിധം ഒരു ദുർഗന്ധം അതിനരികിൽ നിന്ന് വമിക്കുന്നുണ്ടായിരുന്നു. ഇത്തരം ഒരു ഉൾക്കാട്ടിൽ മനുഷ്യ സാന്നിധ്യം നാരായണൻ ഒട്ടും പ്രതീക്ഷിച്ചിരുന്നില്ല. എത്രയും പെട്ടെന്ന് അവിടെ നിന്നിറങ്ങിപോകാൻ അയാൾ തീരുമാനിച്ചു. പക്ഷേ, അതിന് മുൻപെ,

'നീ വന്നുവല്ലേ?'

ഗാംഭീര്യമായ ഒരു ശബ്ദം അയാളുടെ കാതിൽ വന്നലച്ചു. പേടിയോടെ അയാൾ ചുറ്റും നോക്കി. അപ്പോൾ ആരാധന മൂർത്തിയുടെ പുറകിൽ കറുത്തിരുണ്ട ഒരു രൂപം വടിയും കുത്തി ഇരിക്കുന്നുണ്ടായിരുന്നു

രുന്നു. മനുഷ്യനാണോ എന്ന് സംശയം തോന്നിപ്പിക്കുന്ന തരത്തിലായിരുന്നു ആ രൂപം. നാരായണൻ നോക്കി നിൽക്കെത്തന്നെ ആ രൂപം വിറയലോടെ വടിയും കുത്തി അയാൾക്കരികിലേക്ക് വന്നു.

'വർഷങ്ങളായി ഞാനിവിടെ ഒരാളെ നോക്കി ഇരിക്കുവായിരുന്നു. ഇപ്പോ ആ സമയം വന്നെത്തിയിരിക്കുന്നു. ഞങ്ങടെ കുലത്തിന്റെ നാശത്തിന് കാരണമായ ആ ശാപം ഇപ്പോ നിന്നെയും തേടി എത്തിയിരിക്കുന്നു. നിനക്ക് ഒഴിഞ്ഞു മാറാനാകില്ല. ഇത് നിന്റെ വിധിയാണ്.'

ഇത്രയും പറഞ്ഞ് ആ കറുത്ത രൂപം പേടിപ്പെടുത്തുന്ന ശില്പത്തെ എടുത്ത് അയാളുടെ കൈയിൽ കൊടുത്തു.

'ഇനി നിനക്കും നിന്റെ കുടുംബത്തിനും ദുരിതങ്ങളുടെ കാലമായിരിക്കും. വർഷങ്ങളോളം ഇതനുഭവിക്കേണ്ടി വരും. നിന്റെ മരണശേഷം മക്കളും.'

എന്നാൽ മക്കളെ ഒരുപാട് സ്നേഹിച്ചിരുന്ന അയാൾ ആ രൂപത്തിന്റെ കാൽക്കൽ വീണ് ശാപമോക്ഷത്തിനായി കേണപേക്ഷിച്ചു. ഒടുവിൽ അയാൾക്ക് അതിൽ നിന്ന് മോചനം കിട്ടാൻ വേണ്ടി ഒരു വഴി പറഞ്ഞു കൊടുത്തു.

'നിന്റെ ചോരയല്ലാത്തതും എന്നാൽ നീ എടുത്ത് വളർത്തുന്നതുമായ ഒരു പെൺകുട്ടിയെ അവൾ ഋതുമതിയാകുന്ന സമയത്ത് ഈ രൂപത്തിന് സമർപ്പിക്കണം. ഇതിൽ കുടിയിരിക്കുന്ന ചാത്തൻ പ്രസാദിച്ചാൽ നിന്റെ കുലം രക്ഷപ്പെടും. എന്നാൽ അതുകാണാൻ നീ ഉണ്ടാകില്ല.'

കഥ കഴിഞ്ഞപ്പോൾ സുമതി നിഷ്കളങ്കമായി ചോദിച്ചു.

'എന്നിട്ട് എന്തുണ്ടായി ആ ശാപം മാറിയോ?'

അതിനുത്തരം നൽകാതെ അമ്മ അവളുടെ കൈകളിൽ പിടിച്ചുക്കൊണ്ട് നിലവറയിലേക്കുള്ള കോണിപ്പടികൾ കയറി. മറുകൈയിൽ എടുത്തിരുന്ന റാന്തൽ അവിടെയാകെ പ്രകാശം പരത്തി. നിലവറയ്ക്കരികിലെ വലിയ വാതിലിൽ അവളുടെ മൂന്നു ചേട്ടന്മാർ നിൽക്കുന്നുണ്ടായിരുന്നു. അവൾ ആദ്യമായിട്ടായിരുന്നു അവിടെ എത്തുന്നത്. ചേട്ടന്മാരിൽ ഒരാൾ വലിയ താക്കോൽ ഉപയോഗിച്ച് വാതിൽ തള്ളിതുറന്നു. ഉള്ളിലേക്ക് എത്തിനോക്കിയ സുമതി ആ കാഴ്ച കണ്ട് ഞെട്ടി. അമ്മ പറഞ്ഞ കഥയിലെ പേടിപ്പെടുത്തുന്ന രൂപം. പൂക്കളും കോഴിത്തലയും അതിനരികിൽ ഉണ്ടായിരുന്നു. ചുറ്റും അസഹനീയമായ ദുർഗന്ധവും.

'അമ്മ പറഞ്ഞ കഥയിലെ നാരായണൻ ഞങ്ങടെ അച്ഛനാണ്. വർഷങ്ങളായിട്ട് ഞങ്ങൾ കാത്തിരുന്നത് ഈ ദിവസത്തിനായാണ്.' അവളെ നോക്കിക്കൊണ്ട് ചേട്ടന്മാർ പറഞ്ഞു.

സുമതി ഒന്നും മനസ്സിലാകാതെ അമ്മയെ നോക്കി. അമ്മ കണ്ണുകളടച്ച് നിശബ്ദയായി നിൽക്കുകയാണ്. ചുണ്ടുകളിൽ എന്തോ മന്ത്രം ഉരുവിടുന്നുണ്ട്. ഏതാനും നിമിഷങ്ങൾക്കകം അമ്മ കണ്ണുകൾ തുറന്ന് ഉറക്കെ വിളിച്ചു.

'ചാത്താ ഋതുമതിയായ പെൺകുട്ടിയെ ഇതാ നിനക്ക് നൽകുന്നു'

അവർ സുമതിയെ അതിനുള്ളിലേക്ക് തള്ളിയിട്ട് വാതിലടച്ചു. സുമതി അമ്മയെ വിളിച്ച് അലറികരഞ്ഞു. എന്നാൽ അവളുടെ ശബ്ദം ഇല്ലത്തിന് പുറത്തേക്ക് പോയില്ല. നാരായണന് കിട്ടിയ ശാപം സുമതിയിലൂടെ ഇല്ലാതാക്കാൻ അവർ ശ്രമിച്ചു. അവൾ ആ മുറിയിൽ കിടന്ന് മരിച്ച് അഴുകി.

ഇനിയാണ് ശരിക്കുമുള്ള കഥ ആരംഭിക്കുന്നത്. സുമതി മരിച്ചു. ഒരുപാട് ഒരുപാട് വർഷങ്ങൾക്കുശേഷം ആ ഇല്ലം പൊളിച്ചു. അതോടൊപ്പം ചാത്തനും സുമതിയുമെല്ലാം മണ്ണോടു ചേർന്നു. അന്ന് മുതൽ കനകക്കുന്നിൽ പ്രശ്നങ്ങൾ കണ്ടു തുടങ്ങി. മഴയുള്ള രാത്രി ഒരു ചെറുപ്പക്കാരൻ ബൈക്കിൽ വരികയായിരുന്നു. വിജനമായ റോഡ്. മുന്നോട്ടു പോകുന്തോറും തന്റെ ബൈക്കിന്റെ പുറകിൽ ആരോ ഇരിക്കുന്നതായി അയാൾക്ക് അനുഭവപ്പെട്ടു. പലതവണ ആയാൾ തിരിഞ്ഞു നോക്കിയിട്ടും ആരെയും കണ്ടില്ല. മഴയുടെ ശക്തി കൂടിവന്നപ്പോൾ അയാൾ അടുത്ത് കണ്ട ബസ് സ്റ്റോപ്പിനരികിൽ ബൈക്ക് നിർത്തി. ദേഹത്തുണ്ടായിരുന്ന വെള്ളമൊക്കെ തട്ടിക്കളയുന്നതിനിടെ ഒരു ചോദ്യം കേട്ടയാൾ ഞെട്ടി.

'ഒറ്റയ്ക്കാണെങ്കിൽ എന്നെയും കൊണ്ടുപോകാമോ?'

പ്രതീക്ഷിക്കാതെ കേട്ട ചോദ്യത്തിൽ അയാൾ ചെറുതായൊന്നു പകച്ചു. നോക്കിയപ്പോൾ ബസ് സ്റ്റോപ്പിലെ ബെഞ്ചിന്റെ അരികിലായി ഒരു പെൺകുട്ടി ഇരിക്കുന്നു. മുഖം വ്യക്തമല്ല. ആ പെൺകുട്ടി സംസാരിച്ചു തുടങ്ങി.

'എനിക്ക് കനകക്കുന്ന് വരെ പോകണം. ഇതുവരെയായിട്ടും ബസ്സൊന്നും കണ്ടില്ല'

അയാൾ പുറത്തേക്കുനോക്കി. മഴ പെട്ടെന്ന് മാറിയിരിക്കുന്നു.

'അല്ലേലും ഈ സമയത്ത് ബസ്സ് എവിടുന്നാ. താൻ വാ.' അവൾ അനുസരണയോടെ അയാൾക്കൊപ്പം ചെന്ന് ബൈക്കിൽ കയറി. ഒരു കൈ അയാളുടെ തോളത്തുവച്ചു. മുന്നോട്ടുള്ള യാത്രയിൽ അവളുടെ കൈക്ക് തണുപ്പേറി വരുന്നതായി അയാൾക്ക് അനുഭവപ്പെട്ടു. ഒരുതരം ഐസ് കട്ട ദേഹത്തിരുന്ന് ഉരുകുന്നതുപോലെ.

'കൈ നന്നായിട്ട് തണുത്തിട്ടുണ്ടല്ലോ എന്തു പറ്റി?'

അവൾ മറുപടി ഒന്നും പറഞ്ഞില്ല. വീണ്ടുമയാൾ ചോദിച്ചു.

'കനകക്കുന്നിൽ ആരാണുള്ളത്?'

അവൾ മധുരമാർന്ന ശബ്ദത്തിൽ പറഞ്ഞു.

'അമ്മ ഒരുപാട് കഥകൾ എനിക്ക് പറഞ്ഞുതരുമായിരുന്നു. ഞാന വരെ ഒരുപാട് സ്നേഹിച്ചിരുന്നു. പക്ഷേ, എല്ലാരും എന്നെ ചതിച്ചു.'

'അതെന്തുപറ്റി അമ്മയായിട്ട് വഴക്കിട്ടോ?'

അവൾ അല്പദൂരം മൗനമായിരുന്നു. ശേഷം മുന്നോട്ടു കൈ ചൂണ്ടിക്കൊണ്ട് പറഞ്ഞു.

'ആ കാണുന്ന ആലിന്റെ ചോട്ടിലായിരുന്നു ഞങ്ങടെ ഇല്ലം ഉണ്ടായിരുന്നത്. കുറേ വർഷങ്ങൾക്ക് മുൻപ് അമ്മയും ചേട്ടന്മാരും ചേർന്ന് എന്നെ ചാത്തന് ബലി കൊടുത്തു. ചാത്തന് വീണ്ടും ചോര കൊടുക്കാൻ സമയമായി. അതാ ഞാൻ വന്നേ.'

ഞെട്ടിത്തരിച്ച് അയാൾ പുറകോട്ട് നോക്കി. എന്നാൽ തലയില്ലാത്ത ഒരു ശരീരം ആയിരുന്നു അയാൾ കണ്ടത്. ബൈക്ക് നിയന്ത്രണം വിട്ട് മറിഞ്ഞുവീണു. ഇങ്ങനെ ഒരുപാട് പേർക്ക് അവിടെ ദുരനുഭവങ്ങൾ ഉണ്ടായിട്ടുണ്ട്. വാഹനങ്ങളുടെ എൻജിൻ അവിടെ എത്തുമ്പോൾ തന്നെ ഓഫാകും. പലരും വഴിയരികിൽ സുമതിയെ കണ്ട് പേടിച്ചിട്ടുണ്ട്. ബൈക്ക് മറിഞ്ഞു വീഴുന്നവരെയെല്ലാം അവൾ കല്ലുകൊണ്ട് തലയ്ക്കടിച്ചു കൊല്ലുകയാണ് പതിവ്. ഇപ്പോഴും സുമതി ചാത്തനുവേണ്ടി ചോരയന്വേഷിച്ച് അലഞ്ഞു തിരിഞ്ഞു നടക്കുന്നുണ്ടെന്നാണ് എല്ലാവരും വിശ്വസിക്കുന്നത്.

കഥ തീർന്നതും എല്ലാവർക്കുമിടയിൽ നിശബ്ദത പടർന്നു. ആദ്യത്തെ കഥ പറഞ്ഞു കഴിഞ്ഞിരിക്കുന്നു.

'പേടിച്ചോ?' അപ്പു ചോദിച്ചു.

ഇതുകേട്ട് മറ്റ് രണ്ടുപേർ ചിരിച്ചുകൊണ്ടു പറഞ്ഞു.

'അവന്റെ ഒരു സുമതി. കഥ പോരാ മോനെ. ഇതിലത്രയ്ക്ക് പേടിക്കാനൊന്നുമില്ല.'

'പക്ഷേ, നടന്ന കഥയാണ്.'

'ഇനിയിപ്പോ ഒന്നും പറഞ്ഞിട്ട് കാര്യമില്ല. നീ കഥ പറഞ്ഞ രീതി ശരിയായില്ല. ആദ്യമൊക്കെ നല്ല രസമുണ്ടായിരുന്നു പക്ഷേ, അവസാനമായപ്പോ മണ്ടൻ കഥ പോലെയായി. നിങ്ങൾക്ക് ഞാൻ പറഞ്ഞുതരാം നല്ല അടിപൊളി പ്രേതകഥ. ഹോളിവുഡ് സിനിമയെ വെല്ലുന്ന കഥ.'

ചിരിച്ചു കൊണ്ട് സെബാൻ ചോദിച്ചു.

'ഇതും ചീറ്റിപ്പോകുമോ?'

രണ്ടാമത്തെ കഥ : എബിന്റെ കഥ

'ഇത് കൺകെട്ടുമായി ബന്ധപ്പെട്ട കഥയാണ്.'

'കൺകെട്ടോ? അതെന്ത് സംഭവം?'

'അത് നിനക്കീ കഥ കേൾക്കുമ്പോൾ മനസ്സിലാകും. പിന്നെ പ്രധാനപ്പെട്ട കാര്യം. ആരും ഇനി മിണ്ടല്ല്. പേടി തോന്നുവാണേ പറയണം.'

അവർ അടുത്ത കഥയ്ക്കായി തയ്യാറായി.

വേഗത കുറച്ച് കല്ലുകൾക്ക് മുകളിലൂടെ വളരെ ശ്രദ്ധിച്ചാണ് ആ ജീപ്പ് കയറി വരുന്നത്. ജീപ്പിനകത്ത് രണ്ടുപേരുണ്ട്. രണ്ടും ചെറുപ്പക്കാർ.

ജീപ്പ് അൽപ്പദൂരം കൂടി മുന്നോട്ട് സഞ്ചരിച്ചശേഷം ചെറിയൊരു വീടിന് മുന്നിൽ ചെന്നുനിന്നു. നല്ല പഴക്കം തോന്നുന്ന കുടിലായിരുന്നു അത്. മേഞ്ഞിരിക്കുന്ന പുല്ലെല്ലാം ദ്രവിച്ചു തുടങ്ങിയിരുന്നു. ഒരു മഴക്കാലം കൂടി താങ്ങാൻ അതിന് ശക്തിയില്ലാതായിരിക്കുന്നു. ജീപ്പിൽ നിന്ന് രണ്ട് ചെറുപ്പക്കാർ ചാടിയിറങ്ങി. ജീപ്പ് ഇനി മുന്നോട്ട് സഞ്ചരിക്കുകയില്ല. വഴി ഇവിടെ അവസാനിക്കുകയാണ്. ജീപ്പിന്റെ ശബ്ദം കേട്ട് വീടിനോളമോ അതിലധികമോ പ്രായം തോന്നിക്കുന്ന ഒരമ്മൂമ്മ ഇറങ്ങിവന്നു. അവർ നന്നായി വിറയ്ക്കുന്നുണ്ടായിരുന്നു. ചെറുപ്പക്കാരിലൊരാൾ ജീപ്പിൽ നിന്ന് നീളം കൂടിയ ഒരു തോക്കെടുത്തു. അമ്മൂമ്മ തോക്കിലേക്ക് സൂക്ഷിച്ചുനോക്കുന്നത് കണ്ട ചെറുപ്പക്കാരൻ ചോദിച്ചു.

'എന്നാ ഉണ്ട് കാട്ടുമൃഗങ്ങളൊക്കെ നല്ല ശല്യമാണോ?'

അവരുടെ മട്ടും ഭാവവുമൊക്കെ കണ്ട് അമ്മൂമ്മ വിറയാർന്ന ശബ്ദത്തിൽ പറഞ്ഞു;

'മക്കളെ അരുത് ഒറ്റക്കണ്ണൻ പിശാചാണ്. അവൻ നിങ്ങളെ കണ്ണുകെട്ടി ഈ കാട്ടിൽ കറക്കി നടത്തും.'

എന്നാൽ ചെറുപ്പക്കാർ അതൊന്നും വകവെക്കാതെ അമ്മൂമ്മയിൽ നിന്ന് വഴി മനസ്സിലാക്കി കാടിനകത്തേക്ക് നടന്നു.

ഒറ്റക്കണ്ണൻ എന്നത് മൂന്ന് മൃഗങ്ങൾ ചേർന്ന ഒറ്റ ശരീരമാണ്. പുരാണത്തിലെ ഏതോ രാക്ഷസൻ ശാപം കിട്ടി ഈ ജീവിയായി മാറി എന്നാണ് പറയപ്പെടുന്നത്. മനുഷ്യന്റെ തലയും മൂക്കിന്റെ മധ്യഭാഗത്തായി ഒരു വലിയ ഒറ്റക്കണ്ണും, കലമാന്റെ കൊമ്പുകളും, കാട്ടുപോത്തിന്റെ ശരീരവുമുള്ള ഒന്നായിരുന്നു ഒറ്റക്കണ്ണൻ. ഈ കാടിനരികിൽ

ഒരു ഗ്രാമമുണ്ടായിരുന്നു. അവിടെ ജനിക്കുന്ന ആൺകുട്ടികളെയെല്ലാം ഒറ്റകണ്ണൻ കൊല്ലുമായിരുന്നു. അവസാനം ഈ ഒരു കുടിൽ മാത്രം ബാക്കിയാക്കി എല്ലാവരും അവിടെ നിന്നുപോയി. തന്റെ മക്കളെ നഷ്ടപ്പെട്ട അമ്മൂമ്മ പോകാൻ ഒരിടമില്ലാതെ അവിടെത്തന്നെ ജീവിച്ചു മരിക്കാൻ തീരുമാനിക്കുകയായിരുന്നു. ഒറ്റകണ്ണനെ കൊല്ലാൻ പലരും നോക്കി. എന്നാൽ അവരാരും പിന്നീട് തിരിച്ചുവന്നില്ല. എല്ലാത്തിനും സാക്ഷി ആ അമ്മൂമ്മ മാത്രമായിരുന്നു. ഒറ്റക്കണ്ണനെ കൊല്ലാൻ പോയി തിരിച്ചെത്താത്തവരുടെ കൂട്ടത്തിൽ ചെറുപ്പകാരിൽ ഒരാളുടെ പപ്പയുമുണ്ടായിരുന്നു. നിലാവുള്ള രാത്രിയിലാണ് ഒറ്റക്കണ്ണൻ പുറത്തിറങ്ങുന്നത്.

ചെറുപ്പക്കാർ കാടിനുള്ളിലേക്ക് കടന്നു. സന്ധ്യ മയങ്ങി തുടങ്ങിയിരിക്കുന്നു. പൊതുവെ ഇരുളിൽ ആഴ്ന്നിരുന്ന കാട് വീണ്ടും കറുത്തു. ഇരുട്ടിന് കനം വച്ചുവന്നപ്പോൾ അവർ തലയിൽ കെട്ടിയ ടോർച്ച് തെളിയിച്ചു. ചീവിടിന്റെ കരച്ചിൽ എല്ലായിടത്തും മുഴങ്ങികേട്ടു. കാറ്റു വീശുന്നതിനോടൊപ്പം തണുത്ത മഴത്തുള്ളികളും അവർക്കുമേൽ പെയ്തിറങ്ങുന്നുണ്ടായിരുന്നു. ഉൾക്കാട്ടിലേക്ക് കടന്നു ചെല്ലുന്തോറും മരങ്ങളുടെ വണ്ണം കൂടിവന്നു. പെട്ടെന്ന് കാടിനുള്ളിൽ എങ്ങുമില്ലാത്ത തരത്തിൽ നിശബ്ദത നിറഞ്ഞു. അതുവരെ കാതിനെ തുളച്ചുകൊണ്ടിരുന്ന ചീവിടുകൾ മൗനമായി. അവരുടെ മുന്നോട്ടുള്ള ഓരോ കാലടിക്കും നല്ല ശബ്ദമുള്ളതുപോലെ അനുഭവപ്പെട്ടു. അവർക്ക് മുമ്പിൽ കൊഴിഞ്ഞുവീഴുന്ന ഇലകൾ പോലും അലറികരയുന്നപോലെ. പെട്ടെന്ന് ഒരു മൃഗം ഓടിപ്പോകുന്ന ശബ്ദം അവരുടെ പുറകിൽനിന്ന് കേട്ടു. വെട്ടമടിച്ച് നോക്കിയപ്പോൾ ഒന്നും തന്നെ കണ്ടില്ല. പക്ഷേ, ആ ശബ്ദം അവരുടെ ചുറ്റിനും കറങ്ങുന്നതായി അവർക്കനുഭവപ്പെട്ടു. ശബ്ദം കൂടുതൽ അടുത്തേക്ക് വന്നുകൊണ്ടിരുന്നു. അവർ തോക്ക് തയ്യാറാക്കി വച്ചു. എന്നാൽ അൽപ്പനേരത്തിന് ശേഷം ശബ്ദം നിന്നു. അവർ മുഖത്തോട് മുഖം നോക്കി. ഇരുട്ടായിരുന്ന കാടിനുള്ളിലേക്കു വെളിച്ചം കടന്നെത്താൻ തുടങ്ങി. ആകാശം പൂർണ ചന്ദ്രനാൽ പ്രകാശമയമായി. നിലാവെളിച്ചം അവിടെയാകെ പരന്നു. അമ്മൂമ്മ വീടിന് പുറത്തിറങ്ങി ആകാശത്തേക്ക് നോക്കി. ശേഷം അല്പം നിരാശയോടെ വീടിനകത്തേക്ക് തിരികെ കയറി. ചെറുപ്പക്കാർ നിന്ന സ്ഥലത്തിന് ചുറ്റും മിന്നാമിനുങ്ങുകൾ വന്നു കൂടികൊണ്ടിരുന്നു. നീല നിലാവെളിച്ചത്തിൽ ആ കാഴ്ച വളരെ മനോഹരമായിരുന്നു. അവയ്ക്കിടയിലൂടെ വലിയ അപ്പൂപ്പൻ താടികൾ പാറിപറന്നു. എന്നാൽ ഇതുകണ്ട് മയങ്ങിനിന്ന കൂട്ടുകാരന്റെ കൈയിൽ പിടിച്ചു വലിച്ചുകൊണ്ട് അവൻ പറഞ്ഞു.

'ഇതെല്ലാം ഒറ്റക്കണ്ണന്റെ പണിയാണ്. ഇതൊന്നും യാഥാർഥ്യമല്ല.'

അവർ വളരെ ശ്രദ്ധയോടെ ഓരോ കാലടിയും മുന്നോട്ടുവച്ചു. ചു

ള്ളികമ്പുകൾ ഞെരിഞ്ഞമരുന്ന ശബ്ദം പുറകിൽനിന്ന് കേട്ടു. അവർ ഞെട്ടി തിരിഞ്ഞുനോക്കിയതും ഒറ്റക്കണ്ണൻ അവരുടെ മുന്നിൽ അനങ്ങാതെ നിൽക്കുന്നു. അവർ കേട്ടതെല്ലാം ശരിയായിരുന്നു. ഒരു കണ്ണ് തീഗോളം പോലെ തിളങ്ങുന്നുണ്ടായിരുന്നു. കാഴ്ചയിൽ തന്നെ ഭീകരമായ രൂപം. തന്റെ പപ്പയെയും ഒരു ഗ്രാമത്തെ തന്നെയും ഇല്ലാതാക്കിയവനാണ് മുന്നിൽ നിൽക്കുന്നത്. അവൻ വേഗം തന്നെ തോക്കെടുത്ത് ഉന്നം പിടിച്ചു. എന്നാൽ കാഞ്ചി വലിക്കും മുൻപ് ഒറ്റക്കണ്ണൻ മുന്നോട്ടോടി. അവർ തോക്കുമെടുത്ത് അതിന് പുറകിലായി ഓടി. കുറച്ചുദൂരം ചെന്നപ്പോൾ അത് വീണ്ടും അനങ്ങാതെ നിന്നു. അവൻ വീണ്ടും ഉന്നം പിടിച്ചു. ഈ തവണ അത് ഓടിയില്ല. കൃത്യമായിത്തന്നെ കാഞ്ചി വലിച്ചു. വെടി കൊണ്ടതോടെ ഒറ്റക്കണ്ണൻ കാട് നടുങ്ങും വിധം അമറികൊണ്ടോടി. 'വാ വെടി കൊണ്ടിട്ടുണ്ട്' എന്ന് പറഞ്ഞ് അവൻ പുറകെ ഓടി. അല്പദൂരം ചെന്നപ്പോൾ ചോരത്തുള്ളികൾ ചിതറി കിടക്കുന്നത് കണ്ടു. അതിനെ പിന്തുടർന്ന് നടന്നു. ഒരു മരത്തിനടുത്തെത്തിയപ്പോൾ അവിടെ ചോര തളം കെട്ടികിടക്കുന്നുണ്ടായിരുന്നു. അവൻ മരത്തിനു ചുറ്റും നോക്കി. ഒരിടത്തും ഒറ്റക്കണ്ണനെ കാണാനില്ല. പെട്ടെന്ന് അവന്റെ മുഖത്തേക്ക് ഒരുപാടു ചോരത്തുള്ളികൾ ഒരുമിച്ചുവീണു. അവൻ തലയുയർത്തി നോക്കിയപ്പോൾ കൂടെ വന്നയാൾ നെഞ്ചിൽ വെടിയേറ്റ് മരക്കൊമ്പിൽ കുടുങ്ങി കിടക്കുന്നുണ്ടായിരുന്നു. വീണ്ടും എവിടെയൊക്കെയോ ചുള്ളികമ്പുകൾ അമരുന്ന ശബ്ദം. അവൻ ഭയത്തോടെ ചുറ്റും നോക്കി. കയ്യിലിരുന്ന തോക്ക് വല്ലാതെ വിറക്കാൻ തുടങ്ങി. അവൻ തോളോട് വീണ്ടും തോക്ക് ചേർത്ത് ചുറ്റും നോക്കി. അപ്പോൾ വലിയ ശബ്ദത്തോടെ കൂട്ടുകാരന്റെ ശരീരം മരത്തിൽ നിന്ന് താഴെ വീണു. അതിലേക്ക് നോക്കിയപ്പോൾ കൂട്ടുകാരന്റെ മുഖം ഏതോ ജീവി കടിച്ചെടുത്തതായി കണ്ടു. ഭയത്തോടെ അവനോടി. നിലാവെളിച്ചം ഉണ്ടായിരുന്നെങ്കിൽ കൂടിയും വഴിയൊന്നും തന്നെ അവനു മനസ്സിലായില്ല. എങ്ങോട്ട് നോക്കിയാലും ഒരേ വണ്ണമുള്ള മരങ്ങൾ. ഓടുന്നതിനിടയിൽ അവന്റെ കയ്യിലെ ടോർച്ച് നഷ്ടപ്പെട്ടിരുന്നു. കുറെ ഓടിയ ശേഷവും അവൻ വന്നെത്തിയത് ആ ടോർച്ചിനരികിലായിരുന്നു. താൻ വന്നവഴിക്ക് തന്നെയാണ് വീണ്ടും വീണ്ടും ഓടിക്കൊണ്ടിരിക്കുന്നത് എന്നവൻ മനസ്സിലാക്കി.

അവൻ വേഗം ടോർച്ചെടുത്ത് മുന്നോട്ട് തന്നെ ഓടി. നിലാവെളിച്ചം പതിയെ മാഞ്ഞുകൊണ്ടിരുന്നു. ഇരുട്ട് വീണ്ടും അവിടെ പൊതിഞ്ഞു. കുറേ ഓടിയശേഷം ശ്വാസം കിട്ടാതെ ഒരു മരത്തിൽ കൈ ചാരി നിന്ന് വല്ലാതെ കിതച്ചു. അപ്പോഴാണ് ആ കാഴ്ച അവന്റെ കൺമുന്നിൽപ്പെട്ടത്. ദൂരെയായി ഒരു വെളിച്ചം. അവൻ ആ വെളിച്ചം കണ്ടിടത്തേക്ക് വളരെ വേഗത്തിൽ ഓടി. ദൂരെനിന്ന് തന്നെ അവൻ മനസ്സിലാക്കി അത് മരത്തടികളാൽ മാത്രം നിർമിച്ചിരിക്കുന്ന വലിയ

കൊട്ടാരമായിരുന്നു.

ആദ്യ കാഴ്ചയിൽ തന്നെ ഒരു മന്ത്രവാദിനിയുടെ കൊട്ടാരംപോലെ തോന്നിച്ചു. അവൻ അതിനരികിൽ എത്തിയതും മഴ ശക്തിയായി പെയ്യാൻ തുടങ്ങി. കൊട്ടാരത്തിനകത്ത് കേറാനുള്ള വഴി തേടി അലഞ്ഞു. ഒടുവിൽ ഒരു വലിയ വാതിൽ കണ്ടെത്തി. എന്നാൽ അത് അകത്തുനിന്ന് അടച്ചിട്ടിരിക്കുകയായിരുന്നു. എത്ര തള്ളി നോക്കിയിട്ടും വാതിൽ അനങ്ങുന്നുണ്ടായിരുന്നില്ല. അവൻ പരിഭ്രാന്തിയോടെ ചുറ്റും നോക്കി. തന്നെ നോക്കി നിൽക്കുന്ന ഒറ്റക്കണ്ണനെ ഇടിമിന്നലിന്റെ വെളിച്ചത്തിൽ അവൻ കണ്ടു.

വാതിലിൽ വളരെ ശക്തിയായി ഇടിച്ചുകൊണ്ട് അവനലറി. വീണ്ടും പുറകോട്ട് തിരിഞ്ഞ് ടോർച്ചടിച്ചു നോക്കിയപ്പോൾ ഒറ്റക്കണ്ണൻ കുറേ കൂടി അടുത്ത് നിൽക്കുന്നതായി കണ്ടു. അത് അവന്റെ നേരെ പാഞ്ഞടുത്തു. അവൻ വാതിലിൽ തട്ടി നിലവിളിച്ചു. മറ്റൊന്നും ചെയ്യാനാകാതെ നിസ്സഹായതയോടെ അവൻ വാതിലിൽ ചാരി നിന്നു. ആ ജീവി ഓടിവരുന്ന ശബ്ദം അവന്റെ കാതുകളിൽ മുഴങ്ങിക്കൊണ്ടിരുന്നു. തന്റെ അവസാനമടുത്തു എന്നവൻ മനസിലാക്കി. അവൻ കണ്ണുകളടച്ചു. പെട്ടെന്ന് ഒട്ടും പ്രതീക്ഷിക്കാതെ വാതിൽ താനെ തുറന്നു. പുറംചാരി നിന്നിരുന്ന അവൻ മുറിക്കകത്തേക്ക് മറിഞ്ഞുവീണു. പിന്നെ വാതിൽ താനേ അടഞ്ഞു. അവൻ വളരെ വേഗത്തിൽ തന്നെ ചാടി എഴുന്നേറ്റ് ചുറ്റും നോക്കി. അവിടെ കണ്ട കാഴ്ച അമ്പരപ്പിക്കുന്നതായിരുന്നു. വലിയൊരു മുറി. ഒരു ഡൈനിങ് ടേബിൾ മനോഹരമായി അലങ്കരിച്ചു വച്ചിരിക്കുന്നു. നിറയെ മെഴുകുതിരികൾ അതിന് ചുറ്റുമുണ്ടായിരുന്നു. വറുത്ത ഇറച്ചിയുടെ മണം അവന്റെ മൂക്കിലേക്ക് അടിച്ചുകയറി. അവൻ ചുറ്റും നോക്കിയശേഷം വീണ്ടും മുന്നിലേക്ക് നോക്കിയപ്പോൾ, ഡൈനിങ് ടേബിളിന്റെ അങ്ങേയറ്റത്ത് സിംഹാസന തുല്യമായ കസേരയിൽ സുന്ദരിയായ ഒരു പെൺകുട്ടി. നീളം കൂടിയ മൂക്കും തിളങ്ങുന്ന കണ്ണുകളും വശ്യമായ പുഞ്ചിരിയും. ആകർഷണീയമായ ശബ്ദത്താൽ അവൾ ചോദിച്ചു.

'തനിക്ക് വിശക്കുന്നുണ്ടോ?'

അവൻ ഇല്ല എന്ന മട്ടിൽ തലയാട്ടി. അപ്പോൾ അവൾ ചിരിയോടെ മുന്നിലെ പാത്രത്തിൽ നിന്ന് ഇറച്ചിയുടെ കഷ്ണമെടുത്ത് വായിലിട്ടു. പിന്നാലെ ചുവന്ന ചോരയ്ക്ക് സമാനമായ ദ്രാവകം ഗ്ലാസ്സിലേക്ക് പകർത്തി. പിന്നീടവൾ എഴുന്നേറ്റ് അവനരികിലേക്ക് വന്നു. അവളുടെ ചുവന്ന ഗൗൺ നിലത്തിഴയുന്നുണ്ടായിരുന്നു. അവളുടെ നഖങ്ങൾ വളരെ നീളമേറിയതായിരുന്നു. ആ കൊട്ടാരത്തിലെ മന്ത്രവാദിനിയാണ് അവളെന്ന് അവനു തോന്നി. അവൾ അടുത്തെത്തിയപ്പോൾ പനിനീർ പൂവിന്റെ ഗന്ധം ചുറ്റിലും നിറഞ്ഞു. അത് ആരെയും മയ

ക്കുന്നതായിരുന്നു. അവൾ ശബ്ദം താഴ്ത്തി പറഞ്ഞു.

'നീയാ മൂന്ന് വാതിലുകൾ കണ്ടോ? അതിലൊരു വാതിൽ നിനക്ക് പുറത്തുപോകാനുള്ള വഴിയാണ്. ബാക്കി രണ്ടെണ്ണം മരണത്തിലേക്കും.'

ഭയംകൊണ്ട് അവന്റെ ചുണ്ടുകൾ വിറയൽകൊണ്ടു. അവൾ വീണ്ടും നടന്ന് ടേബിളിനരികിൽ ചെന്നശേഷം പറഞ്ഞു.

'തെറ്റായ വാതിലിലൂടെ കടന്നവരുടെ ചോരയും ഇറച്ചിയുമാണ് ഇവിടെ കാണുന്നത്. നീ അന്വേഷിച്ചു വന്നത് ഇതല്ലേ?'

അവൾ മേശമേൽ ഇരിക്കുന്ന തളികയുടെ മൂടി തുറന്നപ്പോൾ അതിൽ അവന്റെ പപ്പയുടെ തല ഇരിപ്പുണ്ടായിരുന്നു. അതുകണ്ടതും പേടിയോടെ ഒന്നും മനസ്സിലാകാതെ അവൻ നിലത്തേക്കിരുന്നു.

'നിന്റെ ഭാഗ്യം നീ തന്നെ പരീക്ഷിക്കുക'

പെൺകുട്ടിയെ പെട്ടെന്ന് കാണാതായി. അവളുടെ ചിരി അവിടെയാകെ മുഴങ്ങി. അവൻ പേടിയോടെ ചുറ്റും നോക്കി. ഇല്ല വേറെ വഴിയൊന്നുമില്ല. മെഴുകുതിരിയുടെ വെളിച്ചത്തിൽ ഒരു വലിയ നിഴൽ രൂപം അവനരികിലേക്ക് വന്നുകൊണ്ടിരുന്നു. അത് വലുതായി വലുതായി ഒരു മന്ത്രവാദിനിയെ പോലെ തോന്നിച്ചു. ആ രൂപം അടുത്തെത്തുന്നതിന് മുൻപ് അവസാനമായി പപ്പയെ ഒന്ന് നോക്കിയശേഷം അവൻ രണ്ടും കൽപ്പിച്ച് ഒരു വാതിൽ തുറന്ന് കാലെടുത്തുവച്ചു.

ഇത്രയും പറഞ്ഞതിനുശേഷം എബിൻ കഥ നിർത്തി. അവർക്കിടയിൽ ആകെയൊരു നിശബ്ദത.

'എന്നിട്ട് എന്തുണ്ടായി?'

അപ്പു ആകാംക്ഷയോടെ ചോദിച്ചു.

'അവൻ ഒരു വലിയ കുഴിയിലേക്കാണ് വീണത്. അവന്റെ ഭാഗ്യം കൊണ്ട് അത് പുറത്തേക്കുള്ള വഴിയായിരുന്നു. അവൻ പുറത്തു വന്നതിനുശേഷം ആ വല്യമ്മയെ കണ്ട് നടന്ന കാര്യമെല്ലാം പറഞ്ഞു. പിന്നീട് പോലീസ് വന്ന് ഇവന്റെ കൂട്ടുകാരന്റെ ശരീരം തപ്പിയെങ്കിലും കണ്ടെത്താനായില്ല. ഇപ്പോഴും വഴി തെറ്റിക്കുന്ന ഒറ്റക്കണ്ണന്റെയും മനുഷ്യ ശരീരം തിന്നുന്ന സുന്ദരിയായ പെൺകുട്ടിയുടെയും കഥകൾ അവിടെ താമസിക്കുന്ന ജനങ്ങൾ വിശ്വസിക്കുന്നുണ്ട്.

രണ്ടാമത്തെ കഥ തീർന്നതും അവിടെ മഴ പെയ്യാൻ തുടങ്ങി. കഥയിലും മഴ ഇവിടേം മഴ എന്ന് പിറുപിറുത്തുകൊണ്ട് അവർ സെമിത്തേരിക്കരികിൽ ശവസംസ്കാര ശുശ്രൂഷകൾ നടത്തുന്ന കെട്ടിടത്തിനടിയിൽ കയറിയിരുന്നു. കല്ലറയിലെ ആത്മാക്കൾക്ക് വെളിച്ചം നൽകിയിരുന്ന തിരികളെല്ലാം തന്നെ ആ ചെറിയ മഴയിൽ അണഞ്ഞു. സെമിത്തേരിയിലെ മങ്ങിയ വെളിച്ചത്തിനുള്ളിൽ മൂന്നുപേരെയും

കാണാൻ സാധിക്കുന്നുണ്ട്. മൂന്നുപേരും 17, 18 വയസ്സ് തോന്നിക്കുന്ന പിള്ളേരാണ്. ഇതിനിടയിൽ സെബാൻ മൂന്നാമത്തെ കഥ പറയാൻ തുടങ്ങിയിരുന്നു.

മൂന്നാമത്തെ കഥ: സെബാന്റെ കഥ

'രണ്ടുപേരുടെയും കഥ കൊള്ളാം. ആദ്യത്തെ കഥയെക്കാൾ എനിക്കിഷ്ടമായത് രണ്ടാമത്തെ തന്നെയാണ്. പക്ഷേ, ഞാൻ പറയാൻ പോകുന്ന കഥ ഇതീന്നൊക്കെ വളരെ വ്യത്യസ്തമാണ്. അതിന് ഈ പള്ളീടെ സെമിത്തേരിയുമായി ബന്ധമുണ്ട്.

'നമ്മൾ ഇരിക്കുന്ന ഈ സെമിത്തേരിയുമായിട്ടോ?'

'ആന്നേ. നിങ്ങൾ രണ്ടും പുതുതായി താമസിക്കാൻ വന്നതല്ലേ. അപ്പോൾ നിങ്ങൾ കേട്ടിരിക്കാൻ വഴിയില്ല.'

'നീ ആദ്യം കഥ പറ സെബാനെ എന്നിട്ട് തീരുമാനിക്കാം വിശ്വസിക്കണോ വേണ്ടയോ എന്ന്.'

തന്റെ കഥ പോ‌രാ എന്ന് സെബാൻ പറഞ്ഞതിന്റെ ദേഷ്യം അപ്പുവിന്റെ ശബ്ദത്തിലുണ്ടായിരുന്നു. സെബാൻ തന്റെ മുഖത്ത് ഒരു ഗൗരവം വരുത്തിയശേഷം കഥ പറയാൻ തുടങ്ങി. എന്നാൽ ആ കഥയുടെ ആരംഭത്തെ തടസ്സപ്പെടുത്തിക്കൊണ്ട് അപ്പു ഇടയിൽ കയറി ചോദിച്ചു.

'നിങ്ങൾക്ക് എന്തെങ്കിലും സ്മെൽ കിട്ടുന്നുണ്ടോ?'

അവർ സ്മെൽ കിട്ടുന്നുണ്ടോ എന്ന് നോക്കുന്നു.

'ഉണ്ടെടാ, ഒരു പ്രത്യേക മണം. പ്രേതം വരുന്നതാണോ? ആത്മാവൊക്കെ വരുമ്പോൾ ഒരു പ്രത്യേക ഗന്ധം ഉണ്ടാകുമെന്ന് വല്യമ്മ പറഞ്ഞു കേട്ടിട്ടുണ്ട്.'

എബിൻ അല്പം ഭയത്തോടെ പറഞ്ഞു.

'ഏത് കൺകെട്ട് കഥയിലെ വല്യമ്മയാണോ?'

സെബാൻ എബിനെ കളിയാക്കികൊണ്ട് ചോദിച്ചു. പിന്നീടവൻ ചുറ്റും നോക്കി ഒരു നീരിക്ഷണം നടത്തികൊണ്ട് തുടർന്നു.

'എന്റെ പൊന്നു മണ്ടന്മാരെ ഇത് ചന്ദനത്തിരിയുടെ മണമാണ്. ഇന്നലെ മരിച്ച ജോമോൻ ചേട്ടായിടെ കല്ലറെന്നായിരിക്കും.'

'അല്ല, ഈ ജോമോൻ ചേട്ടായി എന്തിനാ മരിച്ചേ? പാവമല്ലാരുന്നോ പുള്ളി. ഞങ്ങടെ കൂടെയൊക്കെ ക്രിക്കറ്റ് കളിക്കാൻ വന്നിട്ടുണ്ട്.'

അപ്പു സംശയം പ്രകടിപ്പിച്ചു. ചോദ്യം കേട്ടതും സെബാൻ തനിക്കറിയാവുന്ന രഹസ്യം ശബ്ദം താഴ്ത്തി അവർക്കിടയിൽ വെളിപ്പെടുത്തി.

'നിങ്ങൾ ആരോടും പറയാൻ നിക്കണ്ട. വീട്ടിൽ പപ്പയും അമ്മയും രാത്രി പറയുന്നത് കേട്ടതാണ്. ഈ ജോമോൻ ചേട്ടായിക്ക് ഒരു കാമുകി ഉണ്ടായിരുന്നു. ഇവർ തമ്മിൽ ഒടുക്കത്തെ ഇഷ്ടമായിരുന്നു. പക്ഷേ, രണ്ടുമതത്തിൽ പെട്ടതായതുകൊണ്ട് വീട്ടുകാർ ആദ്യം കല്യാണത്തിന് സമ്മതിച്ചില്ല. പിന്നീട് ഇവരുടെ ഇഷ്ടവും പിടിവാശിയും കണ്ട് വീട്ടുകാർ കല്യാണത്തിന് സമ്മതിച്ചു. പക്ഷേ, പെണ്ണ് കല്യാണത്തിന് മുമ്പ് ഗർഭിണിയായി. അവളുടെ വീട്ടുകാർ ചോദിച്ചപ്പോൾ അവൾ ജോമോൻ ചേട്ടായിടെ പേര് പറഞ്ഞു. എന്തായാലും കല്യാണം നടക്കാൻ പോവല്ലേ എന്ന് കരുതി വീട്ടുകാർ ഒന്നും പറഞ്ഞില്ല. എന്നാൽ ഗർഭിണിയാണെന്ന് അറിഞ്ഞതിന്റെ പിറ്റേദിവസം ആ പെണ്ണ് വേറൊരാളുടെ കൂടെ ഒളിച്ചോടി.'

'ഏ... ഒളിച്ചോടിയോ? അപ്പോ അത് ജോമോൻ ചേട്ടായിടെ കുഞ്ഞ് അല്ലായിരുന്നോ?'

'അല്ലടാ പാവം ജോമോൻ ചേട്ടായി. പുള്ളി പിന്നെ ആരോടും മിണ്ടാതായി. ജോലിക്കും പോകാതായി. പിന്നെ അറിയുന്നത് ചേട്ടായി ഒരു കാട്ടിൽ ചെന്ന് തൂങ്ങിമരിച്ചു എന്നാണ്. ഒരാഴ്ച കഴിഞ്ഞാണ് ശരീരം കണ്ടെത്തിയത്. അപ്പോഴേക്കും മൊത്തം ചീഞ്ഞു തുടങ്ങിയിരുന്നു. ആത്മഹത്യ ചെയ്തത് കൊണ്ടാണ് പുള്ളീനെ താഴെ തെമ്മാടികുഴിയിൽ അടക്കിയേക്കുന്നെ. അവിടെ കിടക്കുന്ന എല്ലാവരും ഇപ്പോ ഗതികിട്ടാതെ അലയുന്നുണ്ടായിരിക്കും. ചിലപ്പോ കഥയെല്ലാം കേട്ട് ജോമോൻ ചേട്ടായി നമ്മുടെ അടുത്തുതന്നെ കരഞ്ഞോണ്ട് നിൽക്കുന്നുണ്ടാകും.'

പെട്ടെന്ന് പള്ളിയിൽ മണി അടിച്ചു. അവർ മൂന്നുപേരും ഞെട്ടി. അവരിൽ ഒരാൾ ഞെക്കിയാൽ വെട്ടം തെളിയുന്ന വാച്ചിൽ സമയം നോക്കിയശേഷം പറഞ്ഞു.

'ഇപ്പൊ തന്നെ ഒരുമാതിരി പേടിയായിതുടങ്ങി. എടാ നിന്റെ കഥ പറ. പ്രദക്ഷിണം ഇപ്പോൾ തന്നെ തിരിച്ചെത്തും'

അങ്ങനെ സെബാൻ വീണ്ടും കഥ പറയാൻ തുടങ്ങി.

ഈ കഥ നടക്കുന്നത് ഒരു പത്തു പതിനേഴ് വർഷം മുൻപാണ്. അതായത് നമ്മൾ ഏകദേശം ജനിച്ച ആ ഒരു സമയം. ഇതേ പള്ളിയിൽ. അന്ന് ഈ പള്ളി ഇടിഞ്ഞുപൊളിഞ്ഞു വീഴാറായ ദേവാലയം ആയിരുന്നു. ഈ ഇടവകയിലായിരുന്നു ക്ലാരയും അവളുടെ കുടുംബവും സന്തോഷത്തോടെ താമസിച്ചിരുന്നത്. ക്ലാര അതീവ സുന്ദരിയായിരുന്നു. ഒരു പതിനെട്ട് വയസ്സൊക്കെ കാണും. ഗ്രാമത്തിലെ എല്ലാ ചെറുപ്പക്കാരും അവളുടെ പുറകെയായിരുന്നു. ക്ലാരയുടെ പപ്പ ഒരു ആംഗ്ലോ ഇന്ത്യനായിരുന്നു. അതിനാൽ തന്നെ അവർക്ക് പള്ളിയായി നല്ല ബന്ധം ഉണ്ടായിരുന്നു. അങ്ങനെ ക്ലാരയുടെ ബർത്ത് ഡേ

വന്നെത്തി. ആ ദിവസം അവൾ ഏറ്റവും സ്നേഹിച്ചിരുന്ന തന്റെ അമ്മൂമ്മയുടെ കല്ലറയിൽ തിരി കത്തിക്കാനായി വന്നു. അന്നവൾ വളരെ സന്തോഷവതിയായിരുന്നു. തനിക്ക് ഉടനെ തന്നെ ഒരു കുഞ്ഞനിയനോ അനിയത്തിയോ ഉണ്ടാകുമെന്നെല്ലാം അവൾ അമ്മൂമ്മയോട് വിശേഷം പറഞ്ഞു. കല്ലറയിൽ തൊട്ട് പ്രാർത്ഥിച്ച് തിരികെ നടക്കാൻ നേരം ആ കല്ലറയിൽ തെളിഞ്ഞുനിന്ന തിരികളെല്ലാം അണഞ്ഞു. അവൾ അതിനരികിൽ വന്നിരുന്ന് വീണ്ടും തിരി കത്തിക്കാൻ നോക്കി. എന്നാൽ അതണഞ്ഞു പോയി. അവൾ ചുറ്റും നോക്കി. കാറ്റൊന്നും വീശുന്നില്ല. മാത്രവുമല്ല അടുത്തുള്ള കല്ലറകളിലെ തിരികളെല്ലാം തെളിഞ്ഞു കത്തുന്നുണ്ട്. അവൾ ഒന്നും മനസ്സിലാകാതെ തിരികെ നടന്നു. അപ്പോളാണവൾ സെമിത്തേരി പറമ്പിന്റെ ഒരു മൂലക്കായി കാടുപിടിച്ചു കിടക്കുന്ന കല്ലറയിന്മേൽ വലിയൊരു മരക്കമ്പ് വീണുകിടക്കുന്നത്ത് ശ്രദ്ധിച്ചത്.

പഴയൊരു ബ്രിട്ടീഷ് കല്ലറ അവിടെയുണ്ട് എന്നതല്ലാതെ അതിനെ പറ്റി കൂടുതലൊന്നും ക്ലാരയ്ക്ക് അറിയില്ലായിരുന്നു. കൗതുകത്തോടെ അവൾ അതിനരികിലേക്ക് ചെന്നു. അതിന്മേൽ വീണു കിടന്നിരുന്ന മരക്കമ്പ് ഏറെ പണിപ്പെട്ട് എടുത്തുമാറ്റി. മറിഞ്ഞു കിടന്ന കുരിശു നേരെയാക്കി. പിന്നീട് കല്ലറയ്ക്കുമേൽ പടർന്നിരുന്ന കുറച്ചു കാട്ടുവള്ളികൾ പറിച്ചുമാറ്റി. അപ്പോൾ ഒരു പേര് അവിടെ തെളിഞ്ഞുവന്നു. അവൾ കൈകൾ ഉപയോഗിച്ച് മണ്ണ് തട്ടിമാറ്റി. ശേഷം അതിൽ എഴുതിയിരിക്കുന്നത് വായിച്ചു.

'എലിസബത്ത്. ബോൺ: 12.2.1940. ഡൈഡ് 28.6.1960'

പാവം ചെറുപ്പം ആയിരുന്നല്ലോ എന്ന് മനസ്സിൽ പറഞ്ഞുകൊണ്ട് തിരികെ നടക്കാൻ നേരമാണ് അവൾ ആലോചിച്ചത്. അവളുടെയും എലിസബത്തിന്റെയും ബർത്ത് ഡേറ്റ് ഒന്നായിരുന്നു. അവൾ കണ്ണുകൾ അടച്ചൊരു നിമിഷം എലിസബത്തിനുവേണ്ടി വേണ്ടി പ്രാർത്ഥിച്ചു. തിരികെ പോരാൻ നേരം ഒരു നേർത്ത ശബ്ദം അവളുടെ കാതിൽ വന്നലച്ചു.

'ഡോണ്ട് ഗോ'

അവൾ ഞെട്ടലോടെ കല്ലറയിലേക്ക് നോക്കി. വീണ്ടും അതേ നേർത്ത ശബ്ദം.

'ആം എലോൺ... കം ആൻഡ് ഫീൽ മീ.'

ഭയം അവളുടെ മുഖത്തെയാകെ ബാധിച്ചു. അവൾ വിറയലോടെ കല്ലറക്കരികിൽ ചെന്ന് മുട്ടുകുത്തി. പതിയെ കല്ലറയിലേക്ക് ചെവി ചേർത്തുവച്ചു. മാർബിളിന്റെ തണുപ്പ് അവളുടെ മുഖത്ത് അരിച്ചു കയറി. നിമിഷങ്ങൾ കടന്നുപോയിക്കൊണ്ടിരുന്നു. പെട്ടെന്ന് കല്ലറയ്ക്കുള്ളിൽ നിന്ന് തലപിളർന്നു എന്ന് തോന്നത്തക്കവിധം ഒരലർച്ച

അവളുടെ കാതിൽ വന്നലച്ചു.

സെബാനിത് പറഞ്ഞതും പ്രദക്ഷിണം തീർന്നെന്നറിയിച്ചുകൊണ്ട് പടക്കങ്ങൾ പൊട്ടിയതും ഒരുമിച്ചായിരുന്നു. എല്ലാവരും ഒരുമിച്ചു ഞെട്ടി.

'എന്നിട്ടെന്തുണ്ടായി?'

അപ്പു ആകാംക്ഷയോടെ ചോദിച്ചു.

അലർച്ച കേട്ടതും ക്ലാര ചെവികൾ പൊത്തികൊണ്ട് ഓടി. പിന്നീടുള്ള ദിവസങ്ങളിൽ അവൾ വളരെ അസ്വസ്ഥയായിരുന്നു. പൊതുവെ എല്ലാവരോടും കളിച്ചു ചിരിച്ചു സംസാരിച്ചിരുന്ന ക്ലാര പിന്നീടങ്ങോട്ട് ഒട്ടുംതന്നെ സംസാരിക്കാതെയായി. ദിവസങ്ങൾ മുന്നോട്ടുപോകുന്തോറും അവളുടെ സ്വഭാവത്തിൽ മാറ്റങ്ങൾ കണ്ടുതുടങ്ങി. ദിവസവും പള്ളിയിൽ വന്നിരുന്ന ക്ലാര അതിൽ നിന്നെല്ലാം ഒഴിഞ്ഞുമാറി. നിസ്സാര കാര്യങ്ങൾക്കെല്ലാം വളരെയധികം ദേഷ്യപ്പെടാൻ തുടങ്ങി. ഒരു ദിവസം സന്ധ്യാ പ്രാർത്ഥനക്കൊടുവിൽ ബൈബിൾ വായിക്കാൻ എടുത്ത ക്ലാര അതിന്റെ പേജുകൾ ഓരോന്നായി കീറി മെഴുതിരിയിൽ കത്തിക്കാൻ തുടങ്ങി. അപ്പോഴാണ് അവളുടെ വീട്ടുകാർ അവളെ കൂടുതൽ ശ്രദ്ധിക്കാൻ തുടങ്ങിയത്. അവർ പള്ളീലച്ചനെ കൊണ്ടുവന്നു പ്രാർത്ഥിക്കാൻ ഒക്കെ ശ്രമിച്ചു. എന്നാൽ ക്ലാരയുടെ പ്രവർത്തികൾ വീണ്ടും മോശമായി തന്നെ വന്നുകൊണ്ടിരുന്നു. പലപ്പോഴും അവളെ വീട്ടിൽ നിന്ന് കാണാതാവുകയും സെമിത്തേരിയിൽ സംസാരിച്ചുകൊണ്ടിരിക്കുന്ന രീതിയിൽ കണ്ടെത്തുകയുമാണ് ഉണ്ടായത്. മിക്ക രാത്രികളിലും അവൾ കിടന്നുറങ്ങിയിരുന്നത് ആ കല്ലറക്ക് മുകളിലായിരുന്നു. എലിസബത്തിന്റെ ഹൃദയമിടിപ്പ് അവൾ തന്റേതാക്കി മാറ്റിയിരുന്നു.

ക്ലാര അവൾക്ക് പ്രിയപ്പെട്ടതിനെയെല്ലാം കൊന്ന് കല്ലറയിൽ കൊണ്ടുവന്നിട്ടിരുന്നു. ആ കൂട്ടത്തിൽ അവൾ ഏറ്റവും സ്നേഹിച്ചിരുന്ന പട്ടിയും പൂച്ചയും എല്ലാമുണ്ടായിരുന്നു. ഇതെല്ലാം എലിസബത്ത് പറഞ്ഞിട്ടായിരുന്നു ക്ലാര ചെയ്തിരുന്നത്. അതിനുകാരണം ക്ലാര മറ്റൊരാളെ തന്നേക്കാൾ സ്നേഹിക്കുന്നത് എലിസബത്തിന് ഇഷ്ടമല്ലായിരുന്നു. അവളുടെ സ്വഭാവത്തിൽ വന്ന മാറ്റത്തിന് പരിഹാരം കണ്ടെത്താനാകാതെ വീട്ടുകാർ വളരെയധികം വിഷമിച്ചു. ഇതെല്ലാം സംഭവിക്കുന്നതിന് മുമ്പേ ക്ലാരയുടെ അമ്മ ഗർഭിണിയായിരുന്നു. അവർ വൈകാതെ ഇരട്ട കുഞ്ഞുങ്ങളെ പ്രസവിച്ചു. ഒരാണും പെണ്ണും. എന്നാൽ കുഞ്ഞുങ്ങളുണ്ടായതിനുശേഷം ക്ലാരയുടെ സ്വഭാവത്തിൽ പതിയെ മാറ്റങ്ങൾ കണ്ടു തുടങ്ങി. അവൾ പ്രസന്നവതിയായി കാണപ്പെട്ടു. കുട്ടികളെ കളിപ്പിക്കാനും സ്നേഹിക്കാനുമൊക്കെ തുടങ്ങി. ക്ലാരക്ക് വന്ന മാറ്റത്തിൽ അവളുടെ വീട്ടുകാർ വളരെയധികം സന്തോഷിച്ചു.

രാത്രിയിലെ ഉറക്കമില്ലായ്മയും കല്ലറയിൽ പോക്കുമെല്ലാം അവളിൽ നിന്ന് പതിയെ ഒഴിവായികൊണ്ടിരുന്നു. അവൾ എല്ലാവരോടും സംസാരിക്കാനും അമ്മയെ ജോലിയിൽ സഹായിക്കാനും തുടങ്ങി. ഒരുപക്ഷേ, അവളുടെ ഇതുവരെയുള്ള ഒറ്റപ്പെടൽ മാറിയതാകാം സാധാരണ രീതിയിലേക്ക് എത്താനുള്ള കാരണമെന്ന് ക്ലാരയുടെ പപ്പക്ക് തോന്നി. ക്ലാരയുടെ കുടുംബത്തിലേക്ക് വീണ്ടും സന്തോഷത്തിന്റെ നാളുകൾ കടന്നുവന്നു. അങ്ങനെ ദിവസങ്ങൾ മുന്നോട്ടു പോയി. അവർക്കിടയിലേക്ക് തണുത്ത ഡിസംബർ മാസം വന്നെത്തി. പുൽക്കൂട്ടിൽ പിറന്ന ഉണ്ണിയേശുവിനെ വരവേൽക്കാനായി ഗ്രാമം മുഴുവൻ തയ്യാറായി. ഈറ്റകൾ കൊണ്ടുണ്ടാക്കി റാന്തൽ തൂക്കിയ നക്ഷത്രങ്ങൾ വീടുകളിൽ പ്രത്യക്ഷപ്പെട്ടു. കുഞ്ഞുങ്ങൾ ഉണ്ടായതിന് ശേഷമുള്ള ആദ്യ ക്രിസ്തുമസ് ആയതിനാൽ ക്ലാരയുടെ കുടുംബവും അത് നല്ല രീതിയിൽ ആഘോഷിച്ചു. ക്ലാരയും പപ്പയും ചേർന്ന് വലിയൊരു പുൽക്കൂടൊരുക്കി. ഇതിനിടയിൽ അവർ തമാശ പറയുകയും വഴക്കിടുകയും ഒക്കെ ചെയ്യുന്നുണ്ടായിരുന്നു. ഇതെല്ലാം കണ്ടുകൊണ്ട് അവളുടെ അമ്മ കുഞ്ഞുങ്ങളുമായി അവർക്കരികിൽ സന്തോഷത്തോടെ നിന്നു. അന്ന് രാത്രിക്ക് തണുപ്പേറെയായിരുന്നു. പുറത്തെങ്ങും മഞ്ഞു പെയ്തിറങ്ങുന്നുണ്ടായിരുന്നു. ഉറക്കത്തിൽ എപ്പോഴോ ക്ലാരയുടെ അമ്മ കട്ടിലിൽ കയ്യോടിച്ചു നോക്കിയപ്പോൾ കുട്ടികളെ കാണാനില്ല. അവർ ഞെട്ടിയുണർന്ന് ഭർത്താവിനെ വിളിച്ചെഴുന്നേൽപ്പിച്ചു. അവരോടി ക്ലാരയുടെ മുറിയിൽ ചെന്നപ്പോൾ അവളെയും അവിടെ കാണാനില്ല. പിന്നെ ഒട്ടും തന്നെ സമയം കളയാതെ അവർ വേഗം സെമിത്തേരിയിലേക്ക് ഓടി. അവിടെയാകെ ശക്തമായ കാറ്റ് വീശുന്നുണ്ടായിരുന്നു. പഴയ ഇരുമ്പ് ഗേറ്റുകൾ തമ്മിൽ കൂട്ടിമുട്ടി പേടിപ്പെടുത്തുന്ന ശബ്ദം മുഴങ്ങി. പള്ളിപറമ്പിൽ നിന്നിരുന്ന വലിയ റബർ മരങ്ങൾ പരസ്പരം പുണരുകയും പിന്നീട് വേർപെടുകയും ചെയ്തുകൊണ്ടേയിരുന്നു. സെമിത്തേരിയുടെ അകത്തേക്ക് പ്രവേശിച്ചതും അവർ ആ കാഴ്ച കണ്ടു ഞെട്ടി.

പഴയ ബ്രിട്ടീഷ് കല്ലറയ്ക്കരികിൽ ക്ലാര വെള്ള വസ്ത്രം ധരിച്ച് നിൽക്കുന്നുണ്ടായിരുന്നു. കാറ്റിൽ അവളുടെ മുടികൾ ഭ്രാന്തമായ രീതിയിൽ പാറിപറന്നുകൊണ്ടിരുന്നു. അവൾക്കരികിൽ നിലത്തായി കുട്ടികളും കിടന്ന് കരയുന്നുണ്ടായിരുന്നു. എന്ത് ചെയ്യണം എന്നറിയാതെ കണ്മുന്നിൽ കണ്ടത് വിശ്വസിക്കാനാകാതെ അവർ തരിച്ചു നിന്നുപോയി. നോക്കിനിൽക്കെ തന്നെ കല്ലറയുടെ മൂടി നിരങ്ങിമാറി. അതിൽ നിന്ന് കറുത്ത രൂപം പുറത്തേക്കിറങ്ങിവന്നു. ഏറെക്കുറെ വികൃതമായ നിഴലിന് കട്ടികൂടിയ തരത്തിലായിരുന്നു അതിന്റെ ആകൃതി. ആ രൂപം ക്ലാരയുടെ തലമുടിയിൽ തഴുകി നെറ്റിയിൽ ഉമ്മ വച്ചു. ഉടനെ തന്നെ ക്ലാര താഴെക്കിടന്നിരുന്ന ഒരു കുട്ടിയെ എടുത്തുനൽ

കി. ഇത് കണ്ടതും അവളുടെ പപ്പ 'ക്ലാര സ്റ്റോപ്പ്' എന്ന് പറഞ്ഞുകൊണ്ട് അതിനരികിലേക്ക് ഓടിച്ചെന്നു. എന്നാൽ അതിനുമുൻപ് തന്നെ ആ രൂപം കുട്ടിയെയുംകൊണ്ട് കല്ലറക്കകത്തേക്ക് പോയി. ഓടിവരുന്ന പപ്പയെ തടഞ്ഞുകൊണ്ട് ക്ലാര പറഞ്ഞു.

'പപ്പാ നോ. ഈ കുട്ടികളെ കൊടുത്തില്ലെങ്കിൽ ഇവൾ നമ്മളെ ജീവിക്കാൻ സമ്മതിക്കില്ല'

ഇതും പറഞ്ഞവൾ രണ്ടാമത്തെ കുട്ടിയെയും എടുത്ത് കല്ലറയ്ക്കകത്തേക്ക് ഇടാൻ തുടങ്ങി. എന്നാൽ അവളുടെ പപ്പ അവളെ പിടിച്ചുമാറ്റാൻ ശ്രമിച്ചു. പക്ഷേ, അവളെ തടയാനുള്ള അയാളുടെ എല്ലാ ശ്രമങ്ങളും വിഫലമായി. അവൾ അമാനുഷിക ശക്തി പ്രകടിപ്പിച്ചു. അയാളെ ദൂരേക്ക് തള്ളി അവൾ അലറി.

'എലിസബത്ത് വന്നുകൊണ്ട് പോ. നമുക്കിടയിൽ വേറെ ആരും വേണ്ട'

അവളെ തടയാൻ പറ്റില്ല എന്ന് മനസ്സിലാക്കിയ അയാൾ കല്ലറയ്ക്കരികിൽ കിടന്നിരുന്ന ഒരു കുരിശ് ഇളക്കിയെടുത്ത് അവളുടെ തലയിൽ ആഞ്ഞടിച്ചു. അടി കിട്ടിയതും തലയിൽ കൈ അമർത്തിക്കൊണ്ട് ക്ലാര നിലത്തേക്കുവീണു. അവളുടെ കൈവിരലുകൾക്കിടയിലൂടെ ചോര വളരെയധികം ഒഴുകാൻ തുടങ്ങി. ഇതുകണ്ടതും ക്ലാരയുടെ അമ്മ ബോധരഹിതയായി താഴെവീണു. ഉടനെ തന്നെ അയാൾ നിലത്ത് കിടന്നിരുന്ന ടോർച്ചുമെടുത്ത് കല്ലറയ്ക്കകത്തേക്ക് ചാടി. അതിനകത്തെല്ലാം അയാൾ വെട്ടമടിച്ചു നോക്കി. എന്നാൽ ചിതറി കിടക്കുന്ന ഏതാനും അസ്ഥികഷ്ണങ്ങൾ അല്ലാതെ മറ്റൊന്നും തന്നെ അവിടെ കണ്ടെത്താനായില്ല. അയാൾ തട്ടിയതും അവയെല്ലാം പലതായി വേർപെട്ടു. എലിസബത്തിന്റെ തലയോട്ടി തന്നെ നോക്കി ചിരിക്കുന്നതായി അയാൾക്ക് തോന്നി. അപ്പോഴേക്കും അന്തരീക്ഷം വീണ്ടും മാറി. അവിടെയാകെ മഴപെയ്യാൻ തുടങ്ങി. അലറി കരഞ്ഞുകൊണ്ട് അയാൾ തിരിച്ചു കയറാൻ തുടങ്ങിയതും ക്ലാര നിലത്തുനിന്ന് എഴുന്നേറ്റിരുന്നു. ചോരയിൽ കുതിർന്ന തല തിരിച്ചയാളെ നോക്കിക്കൊണ്ടവൾ പറഞ്ഞു.

'ഈ കുടുംബത്തിലെ ആരും തന്നെ സന്തോഷിക്കാൻ ഞാൻ സമ്മതിക്കില്ല.'

ഇതുകേട്ടതും നിലത്ത് കിടന്നിരുന്ന കുഞ്ഞിനെ തന്റെ മാറോട് ചേർത്ത് അയാൾ പൊതിഞ്ഞുപിടിച്ചു. കുറച്ചുനേരം ആ കുഞ്ഞിനെയും അയാളെയും നോക്കിനിന്ന ശേഷം ക്ലാര അവിടെത്തന്നെ മരിച്ചുവീണു. ഇതിനുശേഷം അയാൾ തന്നെ പോലീസിന് കീഴടങ്ങി. എന്നാൽ പോലീസ് നടത്തിയ അന്വേഷണത്തിൽ അവളെ അയാൾ കത്തിച്ചു കുഴിച്ചിട്ടു എന്നാണ് പറഞ്ഞത്. തന്റെ മോളുടെ ശരീരം

പോലും അയാളുടെ കുടുംബത്തെ ഇല്ലാതാക്കുമെന്നയാൾ വിശ്വസിച്ചു. ക്ലാര വീണ്ടും വരും കുഞ്ഞിനെ സൂക്ഷിക്കണം എന്നും പറഞ്ഞാണയാൾ ജയിലിലേക്ക് പോയത്.

കഥ പറഞ്ഞ് തീർത്തശേഷം സെബാൻ തന്റെ ഇടതുവശത്തായി ദൂരെ കിടക്കുന്ന ഒരു കല്ലറയിലേക്ക് കൈ ചൂണ്ടിക്കൊണ്ട് പറഞ്ഞു.

'ഇപ്പോഴും ക്ലാരയുടെ പ്രേതം അവിടെ ഉണ്ടെന്നാണ് എല്ലാവരും വിശ്വസിക്കുന്നത്'

ഒരു കോട്ടുവാ വിട്ടുകൊണ്ട് അപ്പു പറഞ്ഞു.

'മതിമതി ഇനിയും നുണ പറഞ്ഞ് ഓവറാക്കണ്ട നിന്റെ തന്നെയാണല്ല കഥ.'

'അങ്ങനെ നീ കഷ്ടപ്പെട്ട് സമ്മതിക്കുകയൊന്നും വേണ്ട. ഇത് ശരിക്കും നടന്നത് തന്നെയാണ്. അതെങ്ങനെ ഇന്നലെ വന്ന നിനക്ക് ഇതിനെക്കുറിച്ച് എന്തറിയാം. ഒന്നും വേണ്ട നീ ആ കല്ലറയിലേക്ക് നോക്കിയേ, അതിനടുത്ത് ആരെങ്കിലും ഒരു തിരിയെങ്കിലും കത്തിച്ചു വച്ചിട്ടുണ്ടോ?'

സെബാൻ അല്പം ദേഷ്യത്തിൽ തന്നെ ചോദിച്ചു. അവർ ആ കല്ലറയിലേക്ക് നോക്കി. ആർക്കും വേണ്ടാത്തതാണെങ്കിലും എല്ലാവരെയും ആകർഷിക്കാൻ ശ്രമിക്കുന്ന എന്തോ ഒന്ന് അതിലുണ്ടെന്ന് അവർക്ക് തോന്നി. പക്ഷേ, അത് സമ്മതിച്ചുകൊടുക്കുവാൻ അപ്പു തയ്യാറല്ലായിരുന്നു.

'പൊന്ന് സെബാനെ നമ്മൾ മൂന്നുപേരും പറഞ്ഞത് നുണക്കഥകളാണെന്ന് നമുക്കറിയാം. ഇനി അതിൽ കൂടുതൽ ഡെക്കറേഷൻ ഒന്നും വേണ്ട. പിന്നെ ഞാൻ ഒരു ജവാന്റെ മോനാണ്. എനിക്കിതിൽ വിശ്വാസം ഒന്നുമില്ല.'

ഇതും പറഞ്ഞ് അപ്പു പോകാൻ തുടങ്ങി. അപ്പോൾ സെബാൻ അവന്റെ കയ്യിൽ പിടിച്ചുകൊണ്ട് പറഞ്ഞു.

'എന്നാ നീ വിശ്വസിക്കണ്ട. നീ വലിയ ധൈര്യശാലിയല്ലേ, അപ്പോ ഞാൻ പറയുന്ന ഒരു കാര്യം നീ എന്തായാലും ചെയ്യണം'

'എന്ത് കാര്യം?'

'നീയാ കല്ലറയിൽ പോയി അഞ്ചു മിനിറ്റ് കിടക്കണം.'

സെബാൻ കല്ലറയ്ക്ക് നേരെ കൈചൂണ്ടി നിന്നു.

എബിൻ സെബാന്റെ കൈയിൽ പിടിച്ചുകൊണ്ടു പറഞ്ഞു

'സെബാനെ ഇത് ഇവിടെ നിർത്താം. മരിച്ചവരോടാണ് നിങ്ങൾ വെല്ലുവിളി നടത്തികൊണ്ടിരിക്കുന്നത്.'

ഏഴ്

അപ്പോഴും ചെറുതായി മഴ പെയ്യുന്നുണ്ടായിരുന്നു.

'അവൻ പോയിട്ട് അനക്കമൊന്നും ഇല്ലല്ലോ പോയി നോക്കണോ?'

എബിന്റെ മനസ്സിൽ ഒരാധി ഉണ്ടായിരുന്നു. അപ്പുവിന്റെ വീട്ടുകാർ ഇതെല്ലാം അറിഞ്ഞാൽ തന്നെയാണ് വഴക്ക് പറയുക. ഇതു കേട്ട് വാച്ചിൽ നോക്കിക്കൊണ്ട് സെബാൻ പറഞ്ഞു,

'ഇപ്പൊ പോയല്ലേ ഉള്ളൂ. ഒരഞ്ചു മിനിറ്റ് കഴിയട്ടെ'

സെബാനും, എബിനും, അപ്പുവിനെ കല്ലറയിലേക്ക് പറഞ്ഞു വിട്ടതിനുശേഷം സെമിത്തേരിക്ക് താഴെ നിൽക്കുകയായിരുന്നു.

ഇതേസമയം അപ്പു ബ്രിട്ടീഷ് കല്ലറയ്ക്ക് മുകളിൽ മലർന്നു കിടന്ന് ആകാശത്തേക്ക് നോക്കുകയായിരുന്നു. കല്ലറ ആരൊക്കെയോ ചേർന്ന് എപ്പോഴോ വൃത്തിയാക്കി ഇട്ടിട്ടുണ്ട്. നേരിയ മഴത്തുള്ളികൾ നൂല് പോലെ അവന്റെ മുഖത്തേക്ക് പെയ്തിറങ്ങുന്നുണ്ടായിരുന്നു. ഇടക്കിടക്ക് കൈകൾ കൊണ്ട് മുഖത്തെ വെള്ളം അവൻ തുടച്ചുനീക്കി. നിലാവെളിച്ചത്തിൽ മേഘങ്ങൾ ചന്ദ്രനെ മറികടന്ന് വളരെ വേഗത്തിൽ ഒഴുകി നീങ്ങിക്കൊണ്ടിരുന്നു. നിമിഷങ്ങൾ മുന്നോട്ടു പോകുന്തോറും അവയെല്ലാം വെള്ള വസ്ത്രം ധരിച്ച ക്ലാരയെപ്പോലെ അവന് അനുഭവപ്പെട്ടു. അപ്പുവിന്റെ നെറ്റിയിൽ ചെറുതായി വിയർപ്പ് പൊടിഞ്ഞു. ഒപ്പം തന്നെ ചന്ദനത്തിരിയുടെ മണവും അവന്റെ മൂക്കിലേക്ക് അടിച്ചു കയറുന്നുണ്ടായിരുന്നു. തൊട്ടടുത്തുള്ള റബ്ബർ മരകൊമ്പിൽ നിന്ന് ഒരു മൂങ്ങ മൂളാൻ തുടങ്ങി. പേടി എന്ന ചിന്ത മനസ്സിലേക്ക് കടന്നുവന്നാൽ പിന്നെ അതിനെ പിന്താങ്ങുന്ന മറ്റു കാര്യങ്ങൾ കണ്ടെത്താൻ മനസ്സ് വല്ലാതെ പരിശ്രമിക്കും. അതിനാൽ തന്നെ മനസ്സിനെ നിയന്ത്രിക്കാൻ അവൻ ശ്രമിച്ചു.

സമയം പിന്നെയും മുന്നോട്ട് നീങ്ങി. എങ്ങും നിശബ്ദത. വാച്ചിൽ

നോക്കിയപ്പോൾ പറഞ്ഞ സമയം കഴിഞ്ഞിട്ടുണ്ട്. ഒരു വിജയിയെ പോലെ അവൻ അവിടെ നിന്ന് എഴുന്നേൽക്കാൻ ശ്രമിച്ചതും പെട്ടെന്ന് ഹൃദയം വലിയ രീതിയിൽ മിടിക്കുന്ന ശബ്ദം കേട്ടു. അവൻ സ്വന്തം നെഞ്ചോടു കൈചേർത്തു. ഇല്ല അവിടെ നിന്നല്ല. പിന്നെ പതിയെ കല്ലറയിലേക്ക് ചെവി ചേർത്തു. നിശബ്ദതയിൽ കല്ലറയ്ക്കകത്ത് നിന്ന് അവനാശബ്ദം വളരെ വ്യക്തമായി തന്നെ കേട്ടു. തന്റെ ഹൃദയം ഒരു നിമിഷം നിലച്ചപോലെ അവനു തോന്നി. അപ്പു ഞെട്ടി തലപൊക്കി. ഏതാനും നിമിഷം ചുറ്റും നോക്കിയശേഷം വീണ്ടും പേടിയോടും വിറയലോടും കൂടി ചെവി ആ തണുത്ത കല്ലറയിലേക്ക് ചേർത്തു. ഇത്തവണ ഒന്നും തന്നെ കേൾക്കുന്നുണ്ടായിരുന്നില്ല. ചുറ്റും പഴയ നിശബ്ദത തന്നെ. എല്ലാം തന്റെ തോന്നലാണെന്ന് മനസ്സിൽ കരുതി ഒരു ദീർഘനിശ്വാസം വിട്ടുകൊണ്ട് അവനവിടെ മലർന്നു കിടന്നു. ഇനി ആര് നിർബന്ധിച്ചാലും എന്നാ ധൈര്യമുണ്ടെങ്കിലും ഇങ്ങനെ ഒരു പരിപാടിക്ക് ഇറങ്ങില്ലെന്ന് അവൻ മനസ്സിൽ പറഞ്ഞുറപ്പിച്ചു.

വേഗത്തിൽ സഞ്ചരിച്ചിരുന്ന മേഘങ്ങൾ ഈ തവണ ചന്ദ്രനു മുമ്പിൽ വലിയ മതിലുള്ള ഒരു ജയിൽ തീർത്തിരിക്കുന്നു. നിലാവെളിച്ചത്തിന് അല്പം മങ്ങലേറ്റിട്ടുണ്ട്. അവനൊന്ന് കണ്ണ് ചിമ്മി തുറക്കുന്ന നിമിഷത്തിൽ കഴുത്തിന് അരികിൽ ആരുടെയോ ശ്വാസംവന്ന് തട്ടുന്നതായി അവനനുഭവപ്പെട്ടു. ആരോ തന്റെ അടുത്ത് കിടക്കുന്നുണ്ട്. അവൻ പേടിയോടെ തലതിരിച്ചുനോക്കി. അവന്റെ അരികിൽ വെള്ള വസ്ത്രം ധരിച്ച സുന്ദരിയായ പെൺകുട്ടി കിടക്കുന്നുണ്ടായിരുന്നു. അവളുടെ വിടർന്ന കണ്ണുകൾ അവനെ തന്നെ നോക്കിക്കൊണ്ടിരുന്നു. അപ്പുവിന്റെ മുഖം വിളറി വെളുത്തു. അവന്റെ ശ്വാസഗതി വളരെ വേഗത്തിലായി. ആ നിമിഷത്തിൽ ചുറ്റുമുള്ള കല്ലറകളെല്ലാം ഭൂമി പിളർന്നു താഴേക്ക് പോവുകയും താനും ആ സുന്ദരിയായ പെൺകുട്ടിയും ആ കല്ലറയും മാത്രം അവിടെ അവശേഷിക്കുന്നതായും അവന് അനുഭവപ്പെട്ടു. ചിന്താശേഷി നഷ്ടപ്പെട്ട് ഒന്നും ചെയ്യാനാകാതെ ശരീരം തളർന്ന ഒരുവനെപോലെ അവളെത്തന്നെ തുറിച്ചു നോക്കികൊണ്ട് അപ്പു അവിടെ കിടന്നു. നിമിഷങ്ങൾ നിശബ്ദതയ്ക്ക് ഒപ്പം ഓടി നീങ്ങി. ആ പെൺകുട്ടി മൃദുവായ സ്വരത്തിൽ അവനെ വിളിച്ചു.

'അപ്പു, നീ എനിക്ക് വേണ്ടിയല്ലേ കാത്തു കിടന്നത്?'

ഏതാനും നിമിഷങ്ങൾക്കുള്ളിൽ പരിസരബോധം വീണ്ടെടുത്ത അവൻ അലറി വിളിച്ചുകൊണ്ട് ഓടി. താഴെനിന്ന കൂട്ടുകാർ ഒന്നും മനസ്സിലാകാതെ അമ്പരന്നു.

'ജവാന്റെ മോനല്ലേ ആ ഓടുന്നത്'

അവർ പരസ്പരം നോക്കിയശേഷം അവന്റെ പുറകെ ഓടി. അപ്പോൾ കല്ലറയ്ക്കുള്ളിലേക്ക് വെളുത്ത വസ്ത്രം പതിയെ ഒഴുകി ഇറങ്ങുന്നുണ്ടായിരുന്നു. മേഘങ്ങൾ വീണ്ടും യാത്രതുടർന്നു.

എട്ട്

അപ്പു സൈക്കിൾ വളരെ വേഗത്തിൽ ചവിട്ടി. എത്ര സ്പീഡിൽ പോയിട്ടും വീട് എത്താത്തതുപോലെ അവനനുഭവപ്പെട്ടു. വഴി ആകെ മോശമാണ്. എന്നാലും സാരമില്ല എങ്ങനെയെങ്കിലും വീട് എത്തിയാൽ മതിയെന്നായിരുന്നു അവന്റെ മനസ്സിൽ. അവൻ വല്ലാതെ വിയർക്കുന്നുണ്ടായിരുന്നു. ഇനിയുള്ളത് വലിയൊരു ഇറക്കവും വളവുമാണ്. ഇറക്കമായിരുന്നിട്ടുക്കൂടിയും അവൻ വളരെ വേഗത്തിൽ ചവിട്ടി പോകാൻ ആരംഭിച്ചു. പെട്ടെന്ന് സൈക്കിളിന് അൽപ്പം ഭാരം വന്നതുപോലെ. ആരോ സൈഡ് ചെരിഞ്ഞു സൈക്കിളിന് പുറകിലിരിക്കുന്നതുപോലെ അവനു തോന്നി. അവൻ തലവെട്ടിച്ച് പുറകോട്ട് നോക്കി. പുറകിലായി തലയില്ലാത്ത ഒരു പെൺകുട്ടി ഇരിക്കുന്നുണ്ടായിരുന്നു. അതുകണ്ടതും അപ്പുവിന് സൈക്കിളിന്മേലുള്ള നിയന്ത്രണം നഷ്ടപ്പെട്ടു. സൈക്കിൾ ഒരു കലുങ്കിൽ ചെന്നിടിച്ചു. അവൻ ദൂരേയ്ക്ക് തെറിച്ചുവീണു. അപ്പു ചാടി എഴുന്നേറ്റ് മുന്നിൽകണ്ട വഴിയിലൂടെ ഓടാൻ തുടങ്ങി. മുന്നോട്ട് ഓടുംതോറും വഴി ചെറുതായി ചെറുതായി വന്നു.

അപ്പോൾ അതാ തൊട്ടുമുമ്പിൽ ഒരു ടോർച്ച് വീണു കിടക്കുന്നു. അവൻ അതും എടുത്തോടി. ദൂരെയായി ഒരു വീട് അവന്റെ ശ്രദ്ധയിൽപ്പെട്ടു. അടുത്തേക്ക് ചെല്ലുന്തോറും അതൊരു വലിയ കൊട്ടാരമായി മാറി. ആ കൊട്ടാരം താൻ എവിടെയോ കണ്ടു മറന്നതുപോലെ അപ്പുവിന് തോന്നി. അവൻ വീടിന്റെ വാതിൽ തള്ളിത്തുടർന്ന് അകത്തു കയറി. അകത്ത് മൂന്ന് വാതിലും മേശമേൽ ഭക്ഷണവും. ഒരു വലിയ നിഴൽ അവനരികിലേക്ക് വളരെ വേഗത്തിൽ വന്നപ്പോൾ ആദ്യം കണ്ട വാതിൽ തള്ളിതുറന്ന് പുറത്തേക്കോടി. ഓടുന്നതിനിടയിൽ പെട്ടെന്ന് അവന്റെ മുഖത്ത് എന്തോ ഒന്ന് തട്ടി. അവൻ

പേടിയോടെ മുകളിലേക്ക് നോക്കി. അത് ജോമോൻ ചേട്ടായിയുടെ കാലുകളായിരുന്നു. ആ കാലുകൾ വളരെ നേരം അവനു മുന്നിൽ പിടച്ചു. മരണ വെപ്രാളത്തിനിടയിൽ അവനെ തുറിച്ചു നോക്കിക്കൊണ്ട് ജോമോൻ ചേട്ടായി പറഞ്ഞു.

‘അപ്പു എന്നെ രക്ഷിക്കടാ’

അപ്പു പേടിയോടെ നിലത്തിരുന്നു. അടുത്തതാരായിരിക്കും മുമ്പിൽ വരാൻ പോകുന്നതെന്ന് അവന് മനസ്സിലായി. അവൻ വിറയലോടെ ചുറ്റുംനോക്കി. എങ്ങും രാത്രിയുടെ നിശബ്ദത മാത്രം. അപ്പോൾ തന്നെ പുറകിൽ ആരോ നടന്നുവരുന്ന ശബ്ദം കേട്ടു. അത് അടുത്തേക്ക് വന്നുകൊണ്ടിരുന്നു. അപ്പു പേടിയോടെ കാലുകൾക്കിടയിൽ തല തിരുകി. കണ്ണുകൾ ഇറുക്കിയടച്ചു. ഉടനെ ശബ്ദം നിലച്ചു. അതു തന്റെ അരികിലെത്തി എന്ന് അപ്പു മനസ്സിലാക്കി. ഒരു തണുത്ത കാറ്റ് അവന്റെ മുടിയിഴകളെ തലോടി കടന്നുപോയി. അതോടൊപ്പം തന്നെ മൃദുലമായ ഒരു ശബ്ദം അവന്റെ കാതുകളിൽ വന്നെത്തി.

‘അപ്പു പേടിക്കേണ്ട, ഞാൻ നിന്നെ ഉപദ്രവിക്കില്ല.’

അപ്പു ഞെട്ടിക്കൊണ്ട് സ്വപ്നത്തിൽ നിന്ന് കണ്ണുകൾ തുറന്നു. ശ്വാസം എടുക്കാനായി അവൻ വല്ലാതെ ബുദ്ധിമുട്ടി. അവനാകെ വിയർത്തിട്ടുണ്ടായിരുന്നു. കണ്ടത് സ്വപ്നമാണെന്ന് മനസിലാക്കാൻ അവനേറെ സമയമെടുത്തു. ചുറ്റും നോക്കിയപ്പോൾ കിടക്കയ്ക്കരികിൽ അമ്മയും പപ്പയും അനിയത്തിയും. താൻ എപ്പോൾ, എങ്ങനെ വീടെത്തി എന്നൊന്നും അവൻ ഓർക്കുന്നുണ്ടായിരുന്നില്ല. അപ്പുവിന്റെ നെറ്റിയിലെ വിയർപ്പൊക്കെ തുടച്ചുകൊണ്ട് അമ്മ പറഞ്ഞു.

‘എന്തോ സ്വപ്നം കണ്ട് പേടിച്ചതാ. നാളെ അച്ചനെകൊണ്ട് തലയ്ക്കു പിടിപ്പിക്കാം.’

അമ്മ പോകാനായി എഴുന്നേറ്റപ്പോഴേക്കും അവനാ കൈയിൽ കയറി പിടിച്ചു. അവന്റെ നോട്ടം മനസ്സിലാക്കിയെന്നവണ്ണം അമ്മ പറഞ്ഞു

‘ഞാൻ ഇവിടെ കിടന്നോളാം’

അമ്മ ആ കൈകൾ ചേർത്ത് പിടിച്ച് അവന്റെ അരികിലായി കിടന്നു. അപ്പു കണ്ണുകൾ ഇറുക്കി അടച്ചു. മനസ്സിൽ വേറെ ചിന്ത വരാതിരിക്കാൻ നന്മ നിറഞ്ഞ മറിയമേ എന്ന പ്രാർത്ഥന ഉരുവിട്ടു.

ഒൻപത്

വിശുദ്ധ കുർബാന തീരുന്നതുവരെ അവന്റെ മനസ്സിൽ തലേന്ന് കണ്ട സ്വപ്നവും ആ ശബ്ദവും ആയിരുന്നു. തന്റെ ചിന്തയെ വഴി തിരിച്ചുവിടാൻ അവൻ പരമാവധി ശ്രമിച്ചുകൊണ്ടിരുന്നു. പക്ഷേ, സ്വപ്നത്തിൽ ആ പെൺകുട്ടി എന്താ പറഞ്ഞതെന്ന് ഓർത്തെടുക്കാൻ അവന്റെ മനസ്സ് വ്യഥാ പണിപ്പെട്ടുകൊണ്ടിരുന്നു. പള്ളിയിലെ റോബിൻ അച്ചൻ വന്ന് തലയിൽ കൈവച്ച് പ്രാർത്ഥിച്ചശേഷം ഒരു കൊന്ത അവന്റെ കയ്യിലേക്ക് കൊടുത്തുകൊണ്ട് ചോദിച്ചു.

'എന്ത് സ്വപ്നം കണ്ടാ നീ പേടിച്ചെ?'

അവനൊന്നും പറയാതെ ചമ്മലോടെ നിന്നു. അല്ലേലും റോബിനച്ചനോട് നടന്നതെല്ലാം പറഞ്ഞാൽ പ്രദക്ഷിണത്തിന് കേറാത്ത കഥ എല്ലാരും അറിയും. പിന്നെ അതിന്റെ ശിക്ഷ ദൈവം തന്നതാന്ന് വരെ പറഞ്ഞു പരത്തും. ഒന്നും മിണ്ടാതെ ഇരിക്കുന്നതാണ് നല്ലത്. അപ്പു മൗനം പാലിച്ചു. പുറത്തിറങ്ങിയതും സെബാനും എബിനും അവിടെ നിൽക്കുന്നുണ്ടായിരുന്നു. അപ്പുവിനെ കണ്ടതും ഒരു കള്ളച്ചിരിയോടെ സെബാൻ ചോദിച്ചു.

'ജവാന്റെ മകൻ ഇന്നലെ റോക്കറ്റ് പോകുന്നപോലെ ഓടുന്ന കണ്ടല്ലോ. ആരെ കാണാൻ പോയതാ?'

അപ്പു ഒന്നും മിണ്ടാതെ തലതാഴ്ത്തി നിന്നു. അപ്പോഴേക്കും അപ്പുവിന്റെ പപ്പയും പള്ളിയിൽ നിന്നിറങ്ങി വന്നു. ഇവരെ കണ്ടതും പപ്പ ചോദിച്ചു.

'ഇന്നലെ എന്താ സെബാനെ ഉണ്ടായത്. മൂന്നും പ്രദക്ഷിണത്തിന് വരാതെ വേറെ എന്തോ പരിപാടി ആയിരുന്നു എന്നൊക്കെ എനിക്കറിയാം. എന്താ ഉണ്ടായേ? രാത്രി മൊത്തം സെമിത്തേരി, ക്ലാര

എന്നൊക്കെ പറഞ്ഞ് അലറുന്നുണ്ടായിരുന്നല്ലോ ഇവൻ'

സെബാൻ ആദ്യം ഒന്ന് മടിച്ചെങ്കിലും പിന്നീട് ഉണ്ടായതെല്ലാം പറഞ്ഞു. സെബാന്റെ സംസാരത്തിൽ താൻ കൊച്ചാകുന്നതുപോലെ തോന്നിയ അപ്പു വേഗം തന്നെ അവന്റെ ഭാഗവും കൂട്ടിച്ചേർത്തു.

'പപ്പാ സത്യമായിട്ടും ആ കല്ലറയിൽ നിന്നൊരാൾ എന്നോട് മിണ്ടി.'

അവന്റെ മുഖം നിസ്സഹായതയാൽ നിറഞ്ഞിരുന്നു. അതുകേട്ടതും അവന്റെ തലയിൽ പതിയെ തലോടിക്കൊണ്ട് പപ്പ പറഞ്ഞു.

'ഇതൊക്കെ ഒരുതരം തോന്നലാണ് അപ്പു. നീ കേട്ട പ്രേതകഥയെല്ലാം മനസ്സിൽ കിടന്ന് നിനക്കുണ്ടായ തോന്നൽ. ഒരു കാര്യം ചെയ്യ്. നീ ഒന്നുകൂടി ആ കല്ലറയിൽ ചെന്ന് പ്രാർത്ഥിച്ചിട്ട് വാ.'

ഇതുകേട്ടതും പേടിയോടെ അപ്പു പറഞ്ഞു.

'ഞാനില്ല പപ്പാ. എനിക്ക് പേടിയാണ്.'

താഴേക്ക് നോക്കിനിന്ന അവന്റെ മുഖം പതിയെ പിടിച്ചുയർത്തിയശേഷം അയാൾ പറഞ്ഞു.

'പേടി മാറണമെങ്കിൽ ആ കാര്യം നമ്മൾ പലതവണ ചെയ്യണം. ഇപ്പോൾ നീ പോയി അവിടെ ഒന്നുമില്ല എന്നുറപ്പു വരുത്തിയില്ലെങ്കിൽ ജീവിതകാലം മൊത്തം നീ അതോർത്തു പേടിച്ചുകൊണ്ടേയിരിക്കും.'

വീണ്ടും അപ്പു അവിടെത്തന്നെ മടിച്ചു നിന്നു. അപ്പോൾ അവനെ തള്ളിക്കൊണ്ട് പപ്പ പറഞ്ഞു.

'ഇത് പകലല്ലേ? പോരാത്തതിന് ഞങ്ങളിവിടെ നിൽക്കുന്നു. ഒന്നുമല്ലെങ്കിലും നിനക്ക് പത്ത് പതിനേഴ് വയസ്സായില്ലേ.'

ഇതിന്റെ കൂടെ നീ ഒരു പട്ടാളക്കാരന്റെ മോനല്ലേ എന്ന് സെബാൻ കൂട്ടിച്ചേർത്തപ്പോൾ താൻ ആകെ ഇല്ലാതായതായി അപ്പൂന് തോന്നി. അവൻ മനസ്സില്ലാമനസ്സോടെ സെമിത്തേരിയിലേക്ക് നോക്കി. ശേഷം അങ്ങോട്ട് പതിയെ നടന്നു.

പത്ത്

അപ്പു വളരെ സാവധാനം നടന്ന് കല്ലറക്കരികിലെത്തി. അവന്റെ ഉള്ളിൽ ഭയമുണ്ടെങ്കിലും കുറേനേരം ആ കല്ലറയിലേക്ക് തന്നെ നോക്കിക്കൊണ്ടിരുന്നു. ഇന്നലെ തന്നെ പേടിപ്പിച്ച കല്ലറയാണ് അതെന്ന് അവന് വിശ്വസിക്കാനായില്ല. എല്ലാ കല്ലറകളെയും പോലെ തന്നെ ഇതും നീണ്ടുനിവർന്ന് വിശാലമായി കിടക്കുന്നു. മഴയും വെയിലും മഞ്ഞുമേൽക്കാതെ ആത്മാവിന് പുതപ്പെന്നപോലെ.

സെബാൻ പറഞ്ഞ കഥയിലെ എലിസബത്ത് എന്ന പേരും വർഷവുമെല്ലാം അവ്യക്തമായി അവിടെത്തന്നെയുണ്ട്. ഇവളാണോ തന്നെ പേടിപ്പിച്ച സുന്ദരി അതോ ക്ലാരയോ. അപ്പു വെറുതെ മനസ്സിലോർത്തു. മരിച്ചവരുടെ ഓർമ്മത്തിരുനാൾ കഴിഞ്ഞ് അധികമാകാത്തതിനാലാകാം ഈ കല്ലറയും ആരോ വൃത്തിയാക്കി ഇട്ടിട്ടുണ്ട്. എന്നാലും നാട്ടിൽ വന്നിട്ട് നാളേറെയായിട്ടും ആ കല്ലറയെകുറിച്ച് കേൾക്കാത്തതിലും കല്ലറ കാണാത്തതിലും അവന് അത്ഭുതം തോന്നി. ഒരു പക്ഷേ, ഇത് സെബാന്റെ നുണകഥ തന്നെയാവാം. അല്ലേലും കഥ ഉണ്ടാക്കാൻ അവൻ മിടുക്കനാണ്. അലീനയെയും തന്നെയും ചേർത്ത് എന്തൊക്കെ കഥകളാണ് അവൻ സ്കൂളിൽ പറഞ്ഞുണ്ടാക്കുന്നത്. അപ്പുവിന്റെ ചിന്തകൾ കാടുകയറി. അല്പനേരം കൂടി അവിടെ നിന്ന ശേഷം അവൻ തിരികെ പോകാൻ തുടങ്ങി. പക്ഷേ, സാധാരണ ഒരു മനുഷ്യനുണ്ടാകുന്ന അതേ ചിന്താഗതി അവന്റെ മനസ്സിലും ഉടലെടുത്തു. താൻ കേട്ടത് സത്യമാണോ അല്ലയോ എന്ന് അവന് ഉറപ്പിക്കണമായിരുന്നു. കുറച്ചു മുന്നോട്ടു നടന്ന അവൻ വീണ്ടും തിരികെ കല്ലറക്കരികിലേക്കെത്തി. മുട്ടുകുത്തി മാർബിളിനോട് ചേർത്ത് ചെവിവെച്ചു. സെക്കന്റുകൾ കടന്നുപോയി പെട്ടെന്ന് വളരെ മൃദുലമായ ഒരു സ്വരം കേട്ടു.

'അപ്പു നീ എന്നെ വിട്ടുപോയാൽ ഞാൻ വീണ്ടും ഒറ്റയ്ക്കാവും'

അപ്പു ഞെട്ടി പുറകോട്ടിരുന്നു. കേട്ടത് വിശ്വസിക്കാനാവാതെ പേടിയോടെ തലക്കിട്ട് തട്ടി. അവൻ എഴുന്നേറ്റ് വീണ്ടും അവിടെത്തന്നെ ചെവിവെച്ചു. അതേ ശബ്ദം.

'അപ്പു ഞാനിവിടെ വർഷങ്ങളായി ഒറ്റയ്ക്കാണ്. ഞാൻ നിന്നെ ഉപദ്രവിക്കില്ല.'

അപ്പു വിറയലോടെ തിരിച്ചു ചോദിച്ചു.

'നീ ആരാ?'

'ഞാൻ ക്ലാര. നിനക്കെന്നെ അറിയാമല്ലോ?'

'നീയെന്തിനാ എന്റെ അടുത്ത് മിണ്ടുന്നേ?'

എന്നാൽ ഇതിന് മറുചോദ്യമായി കല്ലറയിൽ നിന്ന് ഒരു ശബ്ദം കേട്ടു.

'നീ എന്തിനാ എന്റെ അടുത്ത് വന്നേ?'

നെറ്റിയിലെ വിയർപ്പ് തുടച്ചുമാറ്റിക്കൊണ്ട് ചുറ്റും നോക്കി അപ്പു മറുപടി പറഞ്ഞു.

'നീ സത്യമാണോന്നറിയാൻ'

'എന്നിട്ട് ഇപ്പോൾ നിനക്ക് എന്നാ തോന്നുന്നു?'

'എനിക്ക് ഇതൊന്നും വിശ്വസിക്കാൻ പറ്റുന്നില്ല. ഇതൊക്കെ മനസ്സിന്റെ തോന്നലാണ്.'

അപ്പു സംസാരം മതിയാക്കി വേഗം തിരിച്ചു നടക്കാൻ തുടങ്ങി. അപ്പോൾ പുറകിൽ നിന്ന് വീണ്ടും അതേ ശബ്ദം.

'നിനക്ക് നിന്റെ അനിയത്തിയെ ഒരുപാട് ഇഷ്ടമല്ലേ?'

ആ ചോദ്യം കേട്ടപ്പോൾ അപ്പു ഒരുനിമിഷം ഭീതിയോടെ നിന്നു. അല്പസമയത്തെ നിശബ്ദതക്കുശേഷം ശബ്ദം തുടർന്നു.

'നീ വേഗം വീട്ടിൽ ചെന്നാൽ അവളെ രക്ഷിക്കാം. അവൾ അപകടത്തിലാണ്.'

അപ്പു അനങ്ങാനാവാതെ തരിച്ചു നിന്നു.

'ചെല്ലപ്പൂ വേഗം.'

അവൻ വേറൊന്നും ചിന്തിക്കാതെ വീട്ടിലേക്കോടി. അവന്റെ പപ്പയും കൂട്ടുകാരും ഒന്നും മനസ്സിലാകാതെ ആ ഓട്ടം നോക്കിനിന്നു. അവൻ കിതച്ചുകൊണ്ട് വീട്ടിലെത്തി. അമ്മ അടുക്കളയിൽ ഓരോ പണിയിലായിരുന്നു. കിതപ്പോടെ അവൻ അമ്മയോട് ചോദിച്ചു.

'അവൾ എന്തിയേ?'

'നീ പപ്പയെ ഒറ്റക്കിട്ടേച്ചുവന്നോ?'

അവൻ ചോദിച്ചത് ശ്രദ്ധിക്കാതെ അമ്മ മറുചോദ്യം ചോദിച്ചു. പിന്നെ പറഞ്ഞു.

'അവളാ പാവയുമായി മുറിയിൽ ഇരുന്ന് കളിക്കുന്നുണ്ട്.'

അല്പം ആശ്വാസത്തോടെ അവൻ അനിയത്തിയുടെ മുറിയിലേക്ക് ചെന്നു. എന്നാൽ മുറിയിൽ അവളെ കാണാനില്ലായിരുന്നു. അവൻ അവളെ വിളിച്ചുകൊണ്ട് എല്ലാം മുറിയും കയറി ഇറങ്ങി. ഈ സമയം അനിയത്തി അടുത്തുള്ള കുളത്തിനരികിൽ വെള്ളത്തിൽ വീണ പാവയെ എടുക്കാൻ നോക്കുകയായിരുന്നു. അവന്റെ ശബ്ദം കേട്ട് തിരിഞ്ഞതും അവൾ കാൽ തെന്നി കുളത്തിലേക്ക് വീണു. അപ്പു ഓടിച്ചെന്നപ്പോൾ അനിയത്തി വെള്ളത്തിൽ മുങ്ങി താഴുന്നതാണ് കണ്ടത്. അപ്പു വേഗം വെള്ളത്തിലേക്ക് എടുത്തു ചാടി. പേടിച്ചു പോയതുകൊണ്ട് കരയ്ക്കു കയറിയിട്ടും അവൾ വല്ലാതെ കരയുന്നുണ്ടായിരുന്നു. അവനാ പാവയെ കമ്പുകൊണ്ട് വലിച്ചെടുത്ത് അവളുടെ കൈയിൽ കൊടുത്തശേഷം ആശ്വസിപ്പിച്ചുകൊണ്ട് പറഞ്ഞു.

'ഇനി ഇങ്ങോട്ടൊന്നും ഒറ്റക്ക് വരരുത് കേട്ടോ. അമ്മയോട് പറയാൻ നിക്കണ്ട' വെറുതെ വഴക്ക് കേൾക്കും.'

പതിനൊന്ന്

രാത്രി സമയം മഴ നന്നായി പെയ്യുന്നുണ്ട്. അപ്പു വീണ്ടും കല്ലറക്കരികിൽ നിൽക്കുന്നു. ഇത്തവണ മുഖത്ത് പേടിക്കു പകരം പരിഭ്രമം മാത്രമായിരുന്നു. താൻ കാണുന്നതും കേൾക്കുന്നതും ഏറെകുറേ സത്യമായ കാര്യങ്ങളാണെന്ന് അവന് തോന്നിത്തുടങ്ങി.

'എനിക്കറിയാമായിരുന്നു നീ വീണ്ടും എന്റെ അടുത്തേക്ക് വരുമെന്ന്.'

മുഖത്ത് വീഴുന്ന മഴവെള്ളം തുടച്ചുമാറ്റികൊണ്ട് അപ്പു മറുപടി പറഞ്ഞു.

'ദയവുചെയ്ത് എന്നെ ഉപദ്രവിക്കരുത്.'

'ഞാൻ നിന്നെ സഹായിക്കാനല്ലേ നോക്കീത്. നിന്റെ അനിയത്തിയെ രക്ഷിച്ചു. എനിക്ക് നടക്കാൻ പോകുന്നതെല്ലാം മുൻകൂട്ടി കാണാൻ പറ്റും.'

അപ്പു ഒരുനിമിഷം ചിന്തയിലാഴ്ന്നു. ഇതൊക്കെ ശരിക്കും നടക്കുന്ന കാര്യങ്ങളാണോ. സെബാൻ കഥ പറഞ്ഞ് നിർത്തിയിടത്തു നിന്ന് താൻ തുടങ്ങുന്നതുപോലെ അപ്പൂന് തോന്നി. അവൻ ആരോടെന്നില്ലാതെ പിറുപിറുത്തു.

'അതൊക്കെ ശരിതന്നെ. പക്ഷേ, എന്തോ വലിയൊരു അപകടം വരാൻ പോകുന്നപോലെ മനസ്സ് പറയുന്നു'

എന്നാൽ ക്ലാര പലതും പറഞ്ഞ് അപ്പുവിനെ ആശ്വസിപ്പിച്ചു. ദിവസങ്ങൾ കടന്നു പോകുന്തോറും അപ്പു ക്ലാരയോട് വല്ലാതെ അടുത്തു. ആരെയും മയക്കുന്ന ആകർഷണീയമായ സംസാരമായിരുന്നു ക്ലാരയുടെത്. സെബാന്റെ കഥയിലെ ക്ലാര ആയിരുന്നില്ല അവന്റെ മുമ്പിൽ ഉണ്ടായിരുന്നത്. ചെയ്ത തെറ്റുകളെ കുറിച്ചോർത്ത് വിഷമിക്കുന്ന ഒരു

പാവം പെൺകുട്ടിയുടെ ശബ്ദമായിരുന്നു അവൾക്ക്.

ക്ലാരയുടെ വാക്കുകൾകേട്ട് അപ്പു എന്നും പള്ളിയിൽ വരാനും പ്രാർത്ഥിക്കുവാനും തുടങ്ങി. പള്ളിയിൽ നിന്നിറങ്ങിയാൽ അവൻ അവൾക്കരികിലേക്ക് ഓടുമായിരുന്നു.

നിഗൂഢമായ ഒന്നിനെപ്പറ്റി അറിയാനുള്ള കൗതുകവും അതോടൊപ്പം ഒരാത്മബന്ധവും ക്ലാരയോട് അപ്പുവിന് ഉടലെടുത്തിരുന്നു. അങ്ങനെ ഒരു ദിവസം, അപ്പു ഒറ്റയ്ക്കിരുന്ന് സംസാരിക്കുന്നത് സെബാൻ അപ്പുവിന്റെ പപ്പയെയും അമ്മയെയും പിന്നെ അവിടുത്തെ പള്ളി വികാരി റോബിൻ അച്ചനെയും കാണിച്ചുകൊടുത്തു. അവർ ശബ്ദമുണ്ടാക്കാതെ മറഞ്ഞിരുന്ന് അവന്റെ പ്രവർത്തികൾ നിരീക്ഷിച്ചു.

ആ കല്ലറയ്ക്ക് മുന്നിൽ നിന്ന് വാതോരാതെ അപ്പു സംസാരിക്കുന്നത് കണ്ടപ്പോൾ അവന്റെ അമ്മ സങ്കടം കൊണ്ട് വിതുമ്പി. വികാരിയച്ചൻ അവരെ ആശ്വസിപ്പിച്ചുകൊണ്ട് തിരികെ പള്ളിയിലേക്ക് നടന്നു. പള്ളിമേടയിൽ ഇരുന്നുകൊണ്ട് വികാരിയച്ചൻ ആ കഥ അവർക്ക് പറഞ്ഞു കൊടുത്തു.

'ഈ കല്ലറയെ പറ്റി ഞാൻ നേരത്തെ കേട്ടിട്ടുണ്ടായിരുന്നു. പള്ളിയിലെ ലൈബ്രറി വൃത്തിയാക്കുന്ന സമയത്താണ് പണ്ടിവിടെയുണ്ടായിരുന്ന പഴയ ഒരു വികാരിയച്ചന്റെ ഡയറിക്കുറിപ്പുകൾ ഞാൻ വായിക്കാനിടയായത്.'

ഒരു 40 വർഷം മുമ്പത്തെ കഥയാണ് ഡയറിയിൽ ഉണ്ടായിരുന്നത്. അതിൽ പറഞ്ഞിരിക്കുന്ന പ്രകാരം ഈ കല്ലറ വളരെ അപകടം പിടിച്ച ഒന്നാണ്. എലിസബത്ത് എന്ന ബ്രിട്ടീഷ് പെൺകുട്ടിയെയാണ് ഇതിൽ അടക്കിയിരിക്കുന്നത്. ഇവിടുത്തെ കുറേ ദേശസ്നേഹികൾ സ്വാതന്ത്ര്യം കിട്ടിയതിന്റെ പേരിൽ ആ പെൺകുട്ടിയെ ക്രൂരമായി കൊല്ലുകയായിരുന്നു. പിന്നീട് ഈ കല്ലറയെ ചുറ്റിപറ്റി കുറേ പ്രശ്നങ്ങൾ ഉണ്ടായതുകൊണ്ട് പലതവണ ഇത് പൊളിക്കാൻ ശ്രമിച്ചു. എന്നാൽ അതിന് ശ്രമിക്കുന്നവർക്ക് അപകടങ്ങൾ ഉണ്ടാകാൻ തുടങ്ങിയപ്പോൾ ആ പരിപാടി നിർത്തി. വത്തിക്കാനിൽ നിന്നും നേരിട്ടുള്ള നിർദ്ദേശമില്ലാതെ കല്ലറയിൽ തൊടാൻ പാടില്ല എന്നായതോടുകൂടി കല്ലറ പൊളിക്കാനുള്ള ശ്രമം എന്നന്നേക്കുമായി നിർത്തി.

അപ്പൂനുണ്ടായ സമാന സാഹചര്യം ഇവിടെ ഇതിനുമുമ്പും ഉണ്ടായിട്ടുണ്ട്. അന്ന് ക്ലാര എന്ന പെൺകുട്ടിയാണ് ഇതിനിരയായത്. സഭക്ക് ചീത്തപ്പേരുണ്ടാകും എന്ന് പേടിച്ചിട്ടാണ് ഈ പ്രശ്നങ്ങൾ അധികമാരും അറിയാതെ ഒതുക്കി തീർത്തത്. പിന്നെ നിങ്ങൾ പുതുതായി താമസിക്കാൻ വന്നതായതുകൊണ്ട് ഇതിനെക്കുറിച്ചൊന്നും കേൾക്കാൻ സാധ്യതയില്ല. സെബാന്റെ പപ്പ ഈ പള്ളിയിൽ പണ്ടുമുതൽ

കൈക്കാരൻ ആയിരുന്നു. ചിലപ്പോ ആ വഴിയായിരിക്കാം അപ്പുവിനോട് കഥയെല്ലാം സെബാൻ പറഞ്ഞത്.'

അച്ചൻ കാര്യങ്ങൾ അവതരിപ്പിച്ചശേഷം കണ്ണട ഊരി മേശമേൽ വച്ചുകൊണ്ട് കൈകൾ കെട്ടി അവരുടെ നേരെ നോക്കി. അവർക്കിടയിലെ നിശബ്ദത ആ മുറിയിൽ തളംകെട്ടി. അല്പനേരത്തെ മൗനത്തിന് വിരാമമിട്ടുകൊണ്ട് അപ്പുവിന്റെ പപ്പ ചോദിച്ചു.

'അച്ചാ നമുക്ക് എന്താ ചെയ്യാൻ പറ്റുക? ഇതൊക്കെ മനസ്സിന്റെ ഓരോ തോന്നലല്ലേ. നമുക്ക് അപ്പൂനെ പറഞ്ഞു മനസ്സിലാക്കിയാൽ പോരെ? അച്ചനു ഞങ്ങളെ സഹായിക്കാൻ പറ്റില്ലേ?. അച്ചനറിയാലോ ഞാൻ ഒരു പട്ടാളക്കാരനാണ്. ഇതൊന്നും എന്നെകൊണ്ട് ഉൾകൊള്ളാൻ പറ്റണില്ലാ.'

നിസ്സഹായതയോടെ അയാൾ അച്ചനെ നോക്കി. അവരെ യാത്രയാക്കുന്നതിനിടയിൽ അച്ചൻ പറഞ്ഞു.

'നിങ്ങളെന്തായാലും ഒന്നുമറിഞ്ഞ ഭാവം നടിക്കേണ്ട. കുറച്ച് പ്രാർത്ഥനകൾ ആ കല്ലറയിൽ ചെയ്താൽ തീരാവുന്ന പ്രശ്നമേയുള്ളൂ. ഇത് എനിക്ക് വിട്ടേരെ.'

അപ്പോഴും ഇതൊന്നും അറിയാതെ അപ്പു ക്ലാരയോട് സംസാരിക്കുകയായിരുന്നു.

പന്ത്രണ്ട്

സമയം പാതിരാത്രിയോട് അടുത്തപ്പോൾ അച്ചൻ ഒരു പുരോഹിതന്റെ സർവ്വ വേഷവിധാനത്തോടുകൂടി കല്ലറയിൽ എത്തി. ഒരു തണുത്ത കാറ്റ് അച്ചനെ തഴുകി കടന്നുപോയി. അദ്ദേഹം കല്ലറയ്ക്ക് മുമ്പിൽ കണ്ണടച്ച് കുറച്ചുനേരം നിന്നതിനുശേഷം ഉച്ചത്തിൽ പ്രാർത്ഥന ചൊല്ലി. പിന്നീട് കയ്യിലിരുന്ന തടിച്ച മെഴുകുതിരി ആ കല്ലറയുടെ മധ്യഭാഗത്തായി കത്തിച്ചുവച്ചു. കയ്യിലിരുന്ന വെഞ്ചരിച്ച വെള്ളം കല്ലറക്കു ചുറ്റും തളിച്ചശേഷം അരയിൽ നിന്ന് ഒരു കൊന്തയെടുത്ത് ആ തിരിയുടെ ചുവട്ടിൽവെച്ചു. എന്നിട്ട് ആരോടെന്നില്ലാതെ പറഞ്ഞു.

'കൊള്ളാം ഇപ്പോൾ കാണാനൊരു ചന്തമൊക്കെയായി. ഇനി നീ സമാധാനത്തോടെ കിടന്നുറങ്ങണം. നിനക്ക് കൂട്ടായിട്ട് ക്ലാര ഉണ്ടല്ലോ. ഇനിയാ ചെറുക്കനെ ശല്യപ്പെടുത്തരുത്. ഈ കല്ലറ പൊളിച്ചു മാറ്റി നിങ്ങളെ വേർപെടുത്താൻ ഇടയാക്കരുത്.'

വീണ്ടും ഒന്ന് പ്രാർത്ഥിച്ചശേഷം അച്ചൻ ഇരുട്ടിലൂടെ താഴേക്കിറങ്ങി. പള്ളി മുറിയിൽ എത്തിയ ഉടനെ ഷെൽഫിൽ ഇരുന്ന പഴയ ഡയറി തപ്പി. താൻ ശ്രദ്ധിക്കാതെപോയ എന്തെങ്കിലും അതിലുണ്ടോ എന്നറിയാൻ. മറ്റ് ബുക്കുകൾക്കിടയിൽ പൊടിപിടിച്ചിരുന്ന ഡയറി അച്ചൻ കണ്ടെത്തി. അതിലെ പൊടി കൈകൊണ്ടു തട്ടികളഞ്ഞ് അതുമായി മുറിയിലേക്ക് പോകുമ്പോൾ പെട്ടെന്ന് മുറികളുടെ ഇടനാഴിയിൽ വെള്ളവസ്ത്രം ധരിച്ച ഒരു പെൺകുട്ടിയെ അച്ചൻ കണ്ടു. അവൾ പുറംതിരിഞ്ഞാണ് നിൽക്കുന്നത്. അച്ചൻ അവളെ കണ്ട മാത്രയിൽ ആ രൂപം അൽപ്പാൽപമായി മുന്നോട്ട് സഞ്ചരിക്കാൻ തുടങ്ങി. ഒഴുകി നീങ്ങുന്നതുപോലെ ആയിരുന്നു അവളുടെ നടത്തം. അതു കണ്ട് ഒരുനിമിഷം അച്ചൻ പകച്ചുപോയെങ്കിലും മനോധൈര്യം വീണ്ടെടുത്ത് ഉറക്കെ പറഞ്ഞു.

'നിൽക്കവിടെ'

ആ രൂപം അനങ്ങാതെ നിന്നു. അച്ചൻ അതിനരികിലേക്കു പോകാൻ തുടങ്ങിയതും കറന്റ് പോയി. വളരെ തിടുക്കത്തിൽ പോക്കറ്റിൽ കിടന്ന ചെറിയ ടോർച്ചെടുത്ത് അടിച്ചുനോക്കി. ആ രൂപം അവിടെത്തന്നെ നിൽക്കുന്നുണ്ട്. അച്ചൻ അതിനരികിലേക്ക് വീണ്ടും നടന്നു. അതിനടുത്തെത്താറായതും പെട്ടെന്ന് വാതിലിൽ ആരോ ശക്തിയായി മുട്ടുന്നതുകേട്ടു. അച്ചൻ ഞെട്ടിത്തിരിഞ്ഞു. അപ്പോൾ കറന്റും വന്നു. മുന്നോട്ട് നോക്കിയപ്പോൾ ആ രൂപം അവിടെ ഉണ്ടായിരുന്നില്ല. പെട്ടെന്നുണ്ടായ പരവേശത്തിൽ ടേബിളിന് മുകളിൽ വെച്ച പാത്രത്തിലെ വെള്ളം മുഴുവൻ അച്ചൻ കുടിച്ചു. കൈകൾ വല്ലാതെ വിറച്ചതിനാൽ പാതിയിലേറെ വെള്ളവും അച്ചന്റെ ലോഹയിൽ തന്നെയായിരുന്നു. എന്നാൽ വാതിലിൽ ആരോ പിന്നെയും മുട്ടുന്നുണ്ടായിരുന്നു. അച്ചൻ വാതിലിനടുത്തെത്തിയ ശേഷം ഉറക്കെ ചോദിച്ചു.

'ആരാ ഈ സമയത്ത്?'

അപ്പോ മറുതലക്കൽ നിന്ന് വിറയാർന്ന ശബ്ദത്തിൽ മറുപടി വന്നു.

'അച്ചാ ഞാനാ കപ്യാര് തോമ, അച്ചനാ കതകൊന്നു തുറന്നെ.'

അച്ചൻ വേഗം മുഖത്തെ വിയർപ്പെല്ലാം തുടച്ച് കതകുതുറന്നു. മുമ്പിൽ കപ്യാരും അയാളുടെ പുറകിലായി തലകുനിച്ച് മധ്യവയസ്കയായ ഒരു സ്ത്രീയും ഉണ്ടായിരുന്നു. അവൾ കരയുന്നുണ്ടായിരുന്നു. അച്ചൻ കപ്യാരെ നോക്കി ചോദിച്ചു.

'എന്താടാ കാര്യം?'

കപ്യാർ നെറ്റിയിലെ വിയർപ്പ് തുടച്ചുകൊണ്ട് പറഞ്ഞു.

'എന്റെ അച്ചാ, ഞാൻ സെക്കൻഡ് ഷോയും കഴിഞ്ഞ് വരുവായിരുന്നു. അപ്പോഴാണ് റെയിൽവേ ട്രാക്കിൽ നിന്ന് ഒരു കരച്ചിൽ കേട്ടത്. ചെന്ന് നോക്കിയപ്പോൾ ഈ സ്ത്രീ. ആത്മഹത്യ ചെയ്യാൻ വന്നതായിരുന്നു. പിന്നെ ഒരു വിധത്തിലാണ് ഞാൻ ഒന്ന് പറഞ്ഞ് ആശ്വസിപ്പിച്ചത്. കൂടുതലൊന്നും എന്റെ അടുത്ത് പറയുന്നില്ല. എന്തോ ഒരു കുമ്പസാരഹസ്യം അച്ചന്റെ അടുത്ത് പറയാനുണ്ടെന്ന് പറയുന്നു.'

അച്ചനാ സ്ത്രീയെ സൂക്ഷിച്ചുനോക്കി. അൻപതിന് മുകളിൽ പ്രായമുണ്ട്. മിക്കവാറും മക്കൾ ഇറക്കിവിട്ടതായിരിക്കും. അച്ചൻ മുറ്റത്തേക്കിറങ്ങി ചുറ്റുമെല്ലാം നോക്കി. അതുകണ്ട് കപ്യാർ ചോദിച്ചു.

'അച്ചൻ എന്താ നോക്കുന്നേ?'

അതിനു മറുപടി നൽകാതെ റോബിൻ അച്ചൻ ആ സ്ത്രീയോട് ചോദിച്ചു.

'നിനക്ക് നാളെ സംസാരിച്ചാൽ മതിയോ?'

അച്ചന്റെ സ്വരത്തിൽ ഒരു മുതിർന്ന ഇടയന്റെ അധികാരം മുഴച്ചു നിന്നു. അവൾ കുറച്ചുനേരം നിശബ്ദയായി നിന്നശേഷം പറഞ്ഞു.

'പോരാ അച്ചോ. ഇത് പറഞ്ഞില്ലെങ്കിൽ എന്റെ മനസ്സിന് ഒരു സമാധാനവും ഉണ്ടാവുകയില്ല.'

അച്ചൻ ചുറ്റും നോക്കിക്കൊണ്ട് പറഞ്ഞു.

'രാത്രിയാണ്. എടാ തോമസേ നീ ഇവിടെ നിന്ന് എങ്ങും പോകരുത്. ഇടവകക്കാർ അറിഞ്ഞാൽ ഇനി അവർ വേറെ വല്ല കഥയും ഉണ്ടാക്കും.'

അച്ചൻ പുറത്തേക്ക് എത്തിവലിഞ്ഞു നോക്കിയതിന്റെ കാരണം തോമസിന് അപ്പോൾ മനസിലായി.

'അച്ചൻ പോയിട്ട് വാ ഞാൻ ഇവിടെ തന്നെ ഉണ്ടാകും'

തോമസ് അച്ചന് ധൈര്യം കൊടുത്തു. അച്ചൻ മുറിക്കകത്ത് കയറി ഒരു കസേര എടുത്തിട്ടശേഷം ഊറാറ പ്രാർത്ഥിച്ചു കഴുത്തിലിട്ടു. അച്ചന്റെ ആശിർവ്വാദം കിട്ടിക്കഴിഞ്ഞ് അവൾ പതിയെ സംസാരിച്ചു തുടങ്ങി.

'അച്ചാ കർത്താവ് എന്നോട് പൊറുക്കത്തില്ല. ഞാനൊരു കൊലപാതകിയാണ്.'

ഇതും പറഞ്ഞ് അവൾ വീണ്ടും കരയാൻ തുടങ്ങി. പശ്ചാത്താപം കണ്ട് അവളെ ആശ്വസിപ്പിച്ചുകൊണ്ട് അച്ചൻ പറഞ്ഞു .

'നീ എല്ലാം തുറന്നു പറയൂ. ദൈവം കരുണാമയനാണ്. ഒരു വഴി കാണിച്ചു തരും. പാപികൾക്ക് വേണ്ടിയാണ് അവിടുന്ന് ഭൂമിയിലേക്ക് വന്നത്. നീ എത്രത്തോളം പശ്ചാത്തപിക്കുന്നുവോ അത്രത്തോളം ദൈവം നിന്റെ പാപങ്ങൾ ക്ഷമിക്കും.'

അച്ചന്റെ ആശ്വാസവാക്കുകൾ കേട്ട് അവൾ വീണ്ടും സംസാരിച്ചു തുടങ്ങി.

'കുറെ വർഷങ്ങൾക്കു മുമ്പ് നടന്നതാണ്. എനിക്കൊരു കൂട്ടുകാരി ഉണ്ടായിരുന്നു. അവൾ വളരെ നല്ലവളും പാവവുമായിരുന്നു. എന്റെ ഒറ്റപ്പെടലിൽ അവളായിരുന്നു എനിക്കെല്ലാം. അവൾക്ക് കുട്ടികളെ വളരെ ഇഷ്ടമായിരുന്നു. ഒരു രാത്രി അവൾ പറഞ്ഞത് അനുസരിച്ച് എന്റെ അനിയനെയും അനിയത്തിയെയും അവളുടെ അടുത്ത് കൊണ്ടുചെന്നു. അനിയനെ അവളുടെ കൈയിലേക്ക് കൊടുത്തു. എന്നാൽ അനിയത്തിയെ കൊടുക്കുന്നതിനു മുമ്പ് എന്റെ പപ്പ അവിടെ വന്നു. അയാളെന്നെ കല്ലുകൊണ്ട് തലയ്ക്കടിച്ചു കൊന്നു.'

ഒരു നിമിഷം നിർത്തിയശേഷം അവൾ വീണ്ടും പറഞ്ഞു.

'കുറച്ചു ദിവസങ്ങൾ കഴിഞ്ഞ് അയാളെ ഞാനും കൊന്നു.'

ഒന്നും മനസ്സിലാകാതെ അച്ചൻ ചോദിച്ചു.

'നീ എന്തൊക്കെയാണ് മോളെ പറയുന്നത്? നിന്റെ പേര് എന്താണ്?'

'എന്റെ കൂട്ടുകാരിയെ അറിയുമായിരിക്കും എലിസബത്ത്. എന്റെ പേര് ക്ലാര. അച്ചനിന്ന് കാണാൻ വന്നത് ഞങ്ങളെ ആയിരുന്നു.'

അച്ചൻ ചാടി എഴുന്നേറ്റു നോക്കിയപ്പോൾ ആരെയും കാണാനില്ലായിരുന്നു. വാതിലിനു മുന്നിൽ പോയി നോക്കി, അവിടെ കപ്യാരും ഇല്ലായിരുന്നു. മുറ്റത്താകെ മഞ്ഞു പെയ്തിറങ്ങുന്നുണ്ടായിരുന്നു. അച്ചൻ കൊന്തയിൽ മുറുകെ പിടിച്ചു.

പതിമൂന്ന്

കാര്യങ്ങൾ കൂടുതൽ വഷളാക്കാൻ അപ്പുവിന്റെ വീട്ടുകാർക്കും താൽപ്പര്യമില്ലായിരുന്നു. പിറ്റേദിവസം ഇതേ കാര്യം അവർ അച്ചനുമായി സംസാരിച്ചു.

'നിങ്ങളെടുത്ത തീരുമാനം എന്തുകൊണ്ടും നല്ലതാണെന്നെ ഞാൻ പറയൂ. തൽക്കാലത്തേക്ക് ഇവിടെ നിന്ന് മാറി നിൽക്ക്. അതാവുമ്പോൾ അപ്പുവിന് ഒരു മാറ്റമൊക്കെ വന്നാലോ.'

ഇന്നലെ തനിക്കുണ്ടായ അനുഭവങ്ങൾ ഒന്നും പറഞ്ഞ് അവരെ പേടിപ്പിക്കാൻ അച്ചൻ മെനക്കെട്ടില്ല.

'അത് മാത്രമല്ല അച്ചാ. ഞങ്ങൾ അച്ചനോട് പറയാത്ത ഒരു കാര്യം ഉണ്ട്. അപ്പു മെന്റൽ ഡിസോർഡർ ഉള്ള ഒരു കുട്ടിയാണ്. അവന്റെ ചെറുപ്പത്തിൽ എല്ലാം ഞാൻ പട്ടാളത്തിൽ ആയിരുന്നു. അതുകൊണ്ട് തന്നെ അവനു നല്ല വിദ്യാഭാസം കിട്ടാൻ വേണ്ടി ദൂരെ നല്ലൊരു സ്കൂളിൽ, ബോർഡിങ്ങിൽ നിർത്തിയാണ് അവനെ പഠിപ്പിച്ചിരുന്നത്. സ്കൂളിൽ അവൻ എപ്പോഴും ഒറ്റക്കിരിക്കാനായിരുന്നു ഇഷ്ടപ്പെട്ടിരുന്നത്. ആരോടും മിണ്ടാത്ത ഒരു പ്രകൃതം. ആരെങ്കിലും എന്തെങ്കിലും പറഞ്ഞാൽ അവൻ അപ്പോൾ തന്നെ ഉറക്കെ കരയുമായിരുന്നു. ഒരുമാതിരി ശ്വാസംകിട്ടാതെ ഏങ്ങലടിച്ചുകൊണ്ട്. അവന്റെ കാര്യങ്ങൾ വേണ്ടവിധം നോക്കാൻ ഞങ്ങൾക്കായില്ല. പിന്നീട് ഞാൻ തിരികെ നാട്ടിലെത്തി അവനെ കൂടെ കൂട്ടിയപ്പോളാണ് അവൻ നോർമലായി തുടങ്ങിയത്. അവനെ അന്ന് ഒരു ഹോസ്പിറ്റലിൽ കാണിച്ചപ്പോൾ ഡോക്ടർ പറഞ്ഞത് അവൻ അവന്റേതായ ഒരു ലോകമുണ്ടാക്കി അതിലാണ് ജീവിക്കുന്നത് എന്നാണ്. ഫാന്റസി പ്രോൺ പേഴ്സണാലിറ്റി എന്നാണ് ഇതിനു പറയുക. അന്ന് അവൻ ജീവിച്ചത് പപ്പയും, അമ്മയും, അവന്റെ കുഞ്ഞിപ്പെങ്ങളുമുള്ള ഒരു ഫാന്റസി

വേൾഡിൽ ആയിരുന്നു. ഇന്നിപ്പോൾ ക്ലാര എന്ന സ്വപ്നത്തിൽ. ഒരു പക്ഷേ, ഇവിടെ നിന്ന് മാറിയാൽ എല്ലാം ശരിയാകുമായിരിക്കും.'

കാര്യങ്ങളുടെ കിടപ്പ് മനസ്സിലാക്കി അച്ചൻ ചോദിച്ചു.

'ഇപ്പോൾ എങ്ങോട്ട് പോകാനാണ് പ്ലാൻ?'

'മുംബൈയ്ക്ക്. അവിടെയാകുമ്പോൾ ഇവളുടെ ആങ്ങളയുണ്ട്. അച്ചൻ ഇന്നലെ പറഞ്ഞ കഥകളൊക്കെ കേട്ടപ്പോൾ ഇവൾക്ക് ആകെയൊരു അസ്വസ്ഥത.'

അപ്പോൾ അപ്പുവിന്റെ അമ്മയും സംസാരിച്ചു തുടങ്ങി.

'കഴിഞ്ഞ ഒരു മാസമായിട്ട് അവൻ എന്തൊക്കെയാ വീട്ടിൽ കാട്ടികൂട്ടുന്നതെന്ന് അവനുപോലും അറിയില്ല. എന്തെങ്കിലും പറഞ്ഞു കഴിഞ്ഞാൽ ഒന്നും അറിയാത്ത പാവത്താനെപ്പോലെ നിൽക്കും. രാത്രി കല്ലറയിൽ പോയി നിൽക്കുക. ഉറക്കത്തിൽ സംസാരിക്കുക. ഞാൻ മടുത്തു ശരിക്കും. എനിക്ക് എന്റെ മോനെ തിരിച്ചുവേണം. പണ്ട് ഞങ്ങൾ കാരണം എന്റെ മോൻ കുറേ അനുഭവിച്ചതാണ്. ഇനി അതുണ്ടാകാൻ പാടില്ല.'

അമ്മയുടെ മുഖത്തെ ആവലാതിയും സംസാരത്തിലെ തിടുക്കവും കണ്ട് അച്ചൻ അവരോട് ചോദിച്ചു.

'എന്നിട്ട് നിങ്ങൾ അവനോട് പോകുന്ന കാര്യം സംസാരിച്ചോ? അവൻ എന്തു പറഞ്ഞു?'

'ആദ്യം അവൻ സമ്മതിക്കാൻ കൂട്ടാക്കിയില്ല. പിന്നെ അനിയത്തിയെ കൊണ്ട് പറയിപ്പിച്ചപ്പോൾ അവൻ സമ്മതിച്ചു. അനിയത്തീന്ന് പറഞ്ഞാൽ അപ്പൂന് ജീവനാണ്.

'അല്ല എന്നിട്ട് അവരെവിടെ പോയി? അച്ചൻ ചുറ്റും നോക്കി കൊണ്ട് ചോദിച്ചു.

ഇതേസമയം അപ്പുവും അനിയത്തിയും കല്ലറയ്ക്ക് മുമ്പിൽ വന്നു നിൽക്കുകയായിരുന്നു. ക്ലാരയോട് യാത്ര പറയുന്ന വിഷമത്തിൽ അപ്പുവിന്റെ കണ്ണുകൾ വല്ലാതെ നിറഞ്ഞൊഴുകുന്നുണ്ടായിരുന്നു. കുറച്ചു ദിവസങ്ങളെ ക്ലാരക്കൊപ്പം ഉണ്ടായിരുന്നുള്ളുവെങ്കിലും അവളെ അപ്പു ഒരുപാട് സ്നേഹിച്ചിരുന്നു. എന്തുതരം ബന്ധമാണ് തങ്ങൾക്കിടയിലെന്ന് അപ്പൂന് അപ്പോഴും മനസ്സിലായിട്ടുണ്ടായിരുന്നില്ല. ചേട്ടൻ ആരോടാണ് ഒറ്റയ്ക്ക് സംസാരിക്കുന്നതെന്ന് മനസ്സിലാകാതെ അനിയത്തി അവന്റെ മുഖത്തേക്ക് നോക്കിനിന്നു.

'ചേട്ടൻ എന്നോടാണോ മിണ്ടുന്നെ?'

നിഷ്കളങ്കതയോടെ അവൾ ചോദിച്ചു.

'ഇല്ല മോളെ ഞാൻ ക്ലാരയോട് യാത്ര ചോദിക്കുകയാണ്. ക്ലാര

ഇതാണ് എന്റെ അനിയത്തി. എനിക്ക് ഈ ലോകത്ത് ഏറ്റവും ഇഷ്ടം എന്റെ അനിയത്തിയെയാണ്.'

അപ്പു അനിയത്തിയെ അരികിലേക്ക് ചേർത്തുനിർത്തി. ചേട്ടൻ പറയുന്ന ക്ലാര എവിടെ എന്നറിയാൻ അവൾ ചുറ്റും നോക്കിക്കൊണ്ടേയിരുന്നു.

'അപ്പോൾ എന്നെ നിനക്ക് ഇഷ്ടമല്ലേ?'

കല്ലറയിൽ നിന്ന് ഒരു സ്വരം അപ്പു മാത്രം കേൾക്കുന്നു.

'നിന്നെയും എനിക്കിഷ്ടമാണ്. എനിക്ക് പോകണമെന്നില്ലായിരുന്നു. പക്ഷേ, വീട്ടുകാർ നിർബന്ധിക്കുന്നുണ്ട്. അതാ.'

'അപ്പുവിന് പോകണം എന്നൊട്ടും താൽപര്യമില്ലേ? സത്യം പറ.'

ക്ലാര മറുചോദ്യം ചോദിച്ചു.

'ഇല്ല ഒട്ടും തന്നെയില്ല. നിന്നോട് സംസാരിച്ചിരിക്കുമ്പോൾ ഞാൻ മറ്റാരോ ആയിമാറുന്നപോലെയായിരുന്നു. ആർക്കും കിട്ടാത്ത ഭാഗ്യമല്ലെ എനിക്ക് കിട്ടുന്നത്. എല്ലാം ഒരു സ്വപ്നംപോലെ തോന്നുന്നു. ഒരു കഥയിൽ തുടങ്ങിയ ബന്ധമാണ് നമ്മൾ തമ്മിൽ. ഇതിനെല്ലാം താങ്ക്സ് പറയേണ്ടത് സെബാനോടാണ്. അവനാ നിന്നെ എനിക്ക് പരിചയപ്പെടുത്തിയത്. എന്തായാലും നിന്നെ ഞാൻ ഒരുപാട് മിസ്സ് ചെയ്യും അതുറപ്പാണ്.'

അപ്പു സങ്കടത്തോടെ പറഞ്ഞുനിർത്തി. അവന്റെ കണ്ണുകൾ ചുവന്നു കലങ്ങിയിരുന്നു.

'അപ്പുവിന് പോകാൻ ഇഷ്ടമല്ലെങ്കിൽ പോയപോലെ തന്നെ ഇവിടെ തിരിച്ചെത്തും'

ക്ലാര ഉറച്ചശബ്ദത്തിൽ പറഞ്ഞു.

'അതെങ്ങനെ?'

'അതൊക്കെ കണ്ടോ. എനിക്കിഷ്ടമുള്ളവരെ ഞാൻ ദൂരേക്കെങ്ങും പറഞ്ഞു വിടാറില്ല. ജീവിതകാലം മുഴുവൻ അവർ എന്റെ ഒപ്പം ആയിരിക്കും.'

പെട്ടെന്ന് പുറകിൽ നിന്ന് ദേഷ്യത്തിൽ ഒരു വിളി കേട്ടു.

'അപ്പു നീ വരുന്നുണ്ടോ? ഈ കൊച്ചിനെ എന്തിനാ അങ്ങോട്ട് കൊണ്ടുപോയത്.'

ഇതുകേട്ടതും അനിയത്തിയോടി അമ്മയുടെ അടുത്തെത്തി. എന്നിട്ട് രഹസ്യം പറയുന്നതുപോലെ പറഞ്ഞു.

'അമ്മേ ഈ ചേട്ടന് വട്ടായി എന്നാ തോന്നണേ.'

അവളുടെ തലക്കിട്ടൊരു തട്ടുകൊടുത്തശേഷം കയ്യും പിടിച്ചു

വലിച്ചുകൊണ്ട് അമ്മ താഴേക്ക് നടന്നു. ക്ലാരയോട് യാത്ര പറഞ്ഞു തിരികെ നടക്കാൻ നേരം അപ്പു ഒരു ചോദ്യം കേട്ടു.

'അപ്പു ഞാൻ ഒറ്റയ്ക്കാണ് അനിയത്തിയെ എനിക്ക് തന്നൂടെ?'

ഇതുകേട്ടതും അപ്പു ചിരിച്ചുകൊണ്ട് പറഞ്ഞു.

'അപ്പോൾ ഞാൻ ഒറ്റയ്ക്കാവില്ലേ. ഞാൻ പോയിട്ട് പെട്ടെന്ന് വരാമെന്നേ. നമ്മളെ ആർക്കും പിരിക്കാൻ പറ്റില്ല. എത്ര ദൂരെ ആണെങ്കിലും എന്റെ മനസ്സിൽ നീ മാത്രമായിരിക്കും.'

അവൻ തിരികെച്ചെന്ന് ആ കല്ലറയിൽ മുട്ടുകുത്തി ഉമ്മവച്ചു. ശേഷം കണ്ണുനീർ തുടച്ചുകൊണ്ട് വീട്ടുകാർക്കരികിലേക്ക് നടന്നു.

പതിനാല്

കാർമേഘമെല്ലാം ഒരുമിച്ചു കൂടിയിട്ടുണ്ട്. ഒരു മഴക്കുള്ള എല്ലാ സാധ്യതകളും അവിടെ നിലനിൽക്കേ തന്നെ ഒരു കൂട്ടം ആൾക്കാർ സെമിത്തേരിയിൽ എത്തിച്ചേർന്നിട്ടുണ്ട്. പലരും വരാനിരിക്കുന്ന വലിയ മഴയെ മുൻകൂട്ടികണ്ട് കുടയെല്ലാം നിവർത്തിയാണ് നിൽപ്. ദൂരെ നിന്നു നോക്കിയാൽ അവരെല്ലാം ഒരുമിച്ചുകൂടിയ ബലി കാക്കകളെ പോലെ തോന്നിച്ചു. ഒരു കല്ലറക്കരികിൽ നിന്നുകൊണ്ട് അച്ചൻ മരണ പ്രാർത്ഥന ചൊല്ലാൻ തുടങ്ങി. ഇതിനിടയിൽ ചിലർ അടക്കം പറയുന്നുണ്ടായിരുന്നു.

അതിലൊരാൾ: 'ശരിക്കും എന്താ ഉണ്ടായേ?'

മറ്റൊരാൾ: 'ഇവരു മുംബൈലേക്ക് പോകുകയായിരുന്നു. പോണ വഴി വണ്ടി നിയന്ത്രണം വിട്ട് പുഴയിലേക്ക് മറിഞ്ഞു. ഈ ചെറുക്കൻ മാത്രമേ രക്ഷപ്പെട്ടൊള്ളു.'

കൂട്ടത്തിലൊരാൾ വീണ്ടും ചോദിച്ചു: 'ഈ ചെറുക്കന് നമ്മടെ പ്രേത കല്ലറ ആയിട്ട് എന്തോ ഇടപാടുണ്ടെന്ന് കേൾക്കണ്ടല്ലോ ശരിയാണോ?'

'ഹാ ആ ചെകുത്താനായിട്ടാണോ കൂട്ട്! വെറുതെയല്ല ഇതൊക്കെ ഉണ്ടായേ.'

അവരിങ്ങനെ ഓരോന്ന് പറഞ്ഞു കൊണ്ടേയിരുന്നു.

അല്ലെങ്കിലും മരിച്ചവർക്കൊപ്പം പാതി മരിച്ചെങ്കിൽ മാത്രമേ നഷ്ടവേദന എത്രത്തോളം എന്ന് അറിയാൻ സാധിക്കൂ. അത് മനസ്സിലാക്കാൻ കഴിയാത്തിടത്തോളം കാലം മരണത്തിലും കുറ്റപ്പെടുത്തുന്നവർ ഉണ്ടാകും.

നാട്ടുകാരുടെ കുറ്റം പറയൽ കേൾക്കാനാവാതെ സെബാൻ അപ്പൂ

നരികിൽ ചെന്ന് അവനെ ആശ്വസിപ്പിച്ചു. ഇതേസമയം അപ്പു എല്ലാം നഷ്ടപ്പെട്ട നിർവികാരതയോടെ മൃതദേഹങ്ങൾക്കരികിൽ ഇരിക്കുകയായിരുന്നു. അവന്റെ ചുണ്ടുകൾ ചെറുതായി വിതുമ്പുന്നുണ്ടായിരുന്നു. അനിയത്തീടെ മുഖത്തുനിന്നും അവൻ കണ്ണെടുത്തില്ല. ഇടയ്ക്ക് കണ്ണുനീർ കാഴ്ചയെ മറച്ചിട്ടും അവനാ അവ്യക്ത രൂപത്തിലേക്ക് തന്നെ നോക്കിക്കൊണ്ടിരുന്നു.

കുഞ്ഞനിയത്തിയുടെ പൗഡറിന്റെ മണം അവന്റെ മൂക്കിലേക്ക് അടിച്ചു കയറി. അവൻ വാങ്ങിച്ചു നൽകിയ കുഞ്ഞു പട്ടുപാവാടയും ബ്ലൗസുമായിരുന്നു അവൾ ധരിച്ചിരുന്നത്. അപ്പു നിയന്ത്രണം വിട്ട് പൊട്ടിക്കരഞ്ഞു. ഒടുവിൽ എല്ലാം കഴിഞ്ഞ് അമ്മാവന്റെ കൂടെ തിരികെ പോകാൻ നേരം അപ്പു ബ്രിട്ടീഷ് കല്ലറയ്ക്ക് നേരെ നോക്കി ഒരുനിമിഷം നിന്നു.

അത് തന്നെ നോക്കി ചിരിക്കുന്നതായി അവനനുഭവപ്പെട്ടു. ഇതേ ദിവസം ഞാൻ തിരിച്ചുവരും എന്ന് പിറുപിറുത്തുകൊണ്ട് അവൻ തിരിഞ്ഞു നടന്നു.

പതിനഞ്ച്

ഒരു ഞണ്ടിന്റെ കുഞ്ഞ് ആരെയോ തേടി ഇടത്തോട്ടും വലത്തോട്ടും പാഞ്ഞുകൊണ്ടിരുന്നു. തന്റെ അരികിൽ എത്തിയതും അന്ന അതിനെ കാലുകൊണ്ട് തട്ടിമാറ്റി.

കഥ കേട്ട് എന്തു പറഞ്ഞ് അപ്പുവിനെ ആശ്വസിപ്പിക്കും എന്നോർത്ത് അന്ന കുഴങ്ങി. ഒരു കഥ പറയാം എന്ന് പറഞ്ഞപ്പോൾ അവന്റെ തന്നെ ജീവിതകഥ പറയുമെന്ന് അവളോർത്തില്ല. അപ്പു ഒറ്റപ്പെടലിന്റെ വേദന ഒരുപാട് അനുഭവിക്കുന്നുണ്ടെന്ന് ആ മുഖത്ത് നിന്ന് അവൾ വായിച്ചെടുത്തു. ഒരുപാട് ചോദ്യങ്ങൾ മനസ്സിൽ വരുന്നുണ്ടെങ്കിലും ഇപ്പോൾ അതിനുപറ്റിയ സമയമല്ലെന്ന് അവൾ മനസ്സിലാക്കി. അന്ന അപ്പുവിന്റെ കണ്ണുനീർ തുടച്ചശേഷം അവന്റെ കവിളിൽ മൃദുവായി ഉമ്മവച്ചു. അവന്റെ കൈകൾ ചേർത്ത് പിടിച്ചുകൊണ്ട് അന്ന പറഞ്ഞു.

'ഇനി നീ ഒറ്റയ്ക്കല്ല. ഞാനുണ്ടാകും എന്നും നിന്റെ കൂടെ.'

തന്റെ കവിൾ അവന്റെ തോളോട് ചേർത്തുകൊണ്ട് അന്ന അവനോട് ചേർന്നിരുന്നു. അൽപ്പനേരത്തെ മൗനത്തിനുശേഷം മുഖമുയർത്തി പുഞ്ചിരിയോടെ അവൾ ചോദിച്ചു.

'ഇതാണോ പാരാനോർമൽ പഠിക്കാനുള്ള കാരണം?'

അതുകേട്ടതും ചിരി അടക്കാൻ പാടുപെട്ടുകൊണ്ട് അപ്പു പറഞ്ഞു.

'പഠിച്ചുകഴിഞ്ഞപ്പോഴല്ലേ മനസ്സിലായത്. ഇതിലൊന്നും ഒരു കാര്യവുമില്ലന്ന്. ഒരുപക്ഷേ, ഞാൻ കേട്ട കഥകൾ എന്റെ മനസ്സിൽ ഉണ്ടാക്കിയ തോന്നലുകൾ തന്നെയാവാം പിന്നിടുണ്ടായതെല്ലാം. ഞാനിത് പറയാൻ കാരണം പിന്നീടുള്ള പത്തുവർഷം ഒരു ക്ലാരയും കല്ലറയും എന്നെ തേടി വന്നില്ല. വീട്ടുകാർ മരിച്ചത് ശരിക്കും അപകടം തന്നെയായിരുന്നു. ഞാനും ആ വണ്ടിയിൽ ഉണ്ടായിരുന്നല്ലോ.'

അവൻ ഓരോന്നോർത്ത് നെടുവീർപ്പിട്ടു.

'പിന്നീട് എപ്പോഴെങ്കിലും ആ കല്ലറയിലേക്ക് പോയാരുന്നോ?'

'പോയിട്ടുണ്ടായിരുന്നു. എന്റെ പപ്പേനേം അമ്മയേയും അനിയത്തിയേയും കാണാൻ. അവരുടെ മുമ്പിൽ തെറ്റുകൾ ഏറ്റുപറഞ്ഞ് ഒരുപാട് കരഞ്ഞു. ഒരു പരിധിവരെ ഞാനാണല്ലോ ഇതിനെല്ലാം കാരണമായത്. ക്ലാരയുടെ കല്ലറയും ഞാൻ ശ്രദ്ധിച്ചിരുന്നു. അവിടെ ഇപ്പോൾ വലിയൊരു കാടാണ്. അല്ലെങ്കിലും ചില ഓർമ്മകൾ കാടുപിടിച്ച് കിടക്കണതാണ് നല്ലത്.'

അവനെ വീണ്ടും സംസാരിപ്പിച്ച് വിഷമിപ്പിക്കാൻ അന്ന തയ്യാറായില്ല. അതിന് മുൻപേ അവൾ വാച്ചിൽ നോക്കിക്കൊണ്ടെഴുന്നേറ്റു.

'അയ്യോ സമയം വീണ്ടും വൈകി. ഇന്നും ആ വാർഡന്റെ വായീന്നു കേൾക്കും.'

അന്ന ഹാൻഡ് ബാഗ് എടുത്ത് വേഗം തോളിലേക്കിട്ടു. പതുക്കെ മണലൊക്കെ തട്ടി എഴുന്നേറ്റുകൊണ്ട് അപ്പു ചോദിച്ചു.

'എന്നാപ്പിന്നെ അവിടുന്ന് മാറാൻ പാടില്ലായിരുന്നോ. എന്തിനാ അവരെ പേടിച്ചു അവിടെ നിക്കണത്?'

'ഞങ്ങൾ പെണ്ണുങ്ങൾക്ക് അങ്ങനെ ചാടി ചാടി നടക്കാനൊന്നും പറ്റില്ല മാഷേ. സേഫ് ആയി ഒരു സ്ഥലം കിട്ടിയാൽ അവിടെ കൂടണം.'

'സേഫ് ആയ ഒരു സ്ഥലം ഉണ്ട് പോരുന്നോ?'

'ഹാ സമയം ആകട്ടെ പരിഗണിച്ചേക്കാം.'

'പരിഗണിക്കാമെന്നു പറഞ്ഞല്ലോ അതുമതി.'

അന്ന അതുകേട്ട് പുഞ്ചിരിച്ചു. അഴിഞ്ഞുപോയ ഷൂസിന്റെ ലേസ് കെട്ടുന്നതിനിടയിൽ തലയുയർത്തി അപ്പു ചോദിച്ചു.

'അപ്പോൾ എങ്ങനാ?'

'പഴയ പരിപാടി തന്നെ മതില് ചാട്ടം'

അന്നയും അപ്പുവും ഒരുമിച്ച് ചിരിച്ചു.

ആരെയോ തേടിപ്പാഞ്ഞ ഞണ്ടിനെ ഇരതേടി നടന്ന ഒരു കടൽക്കിളി കൊത്തിയെടുത്ത് പറന്നകന്നു.

പതിനാറ്

ബസ് സ്റ്റോപ്പിൽ അന്ന അപ്പുവിനെയും കാത്തുനിൽക്കുകയായിരുന്നു. വരാമെന്ന് പറഞ്ഞ സമയം കഴിഞ്ഞിട്ടും കാണാത്തതുകൊണ്ട് അവനെ വിളിക്കാനായി ഫോൺ എടുത്തു. പെട്ടെന്ന് അവൾക്ക് മുമ്പിൽ പുതിയ മോഡൽ ബൈക്ക് ഒരെണ്ണം വന്നുനിന്നു.

'കുറെ നേരമായോ വന്നിട്ട്?'

അവൻ ഹെൽമെറ്റ് ഊരി ഒരു ക്ഷമാപണത്തോടെ അന്നയോടു ചോദിച്ചു.

'ഇല്ല ഇപ്പോ വന്നതേയുള്ളൂ പക്ഷേ, സിനിമ തുടങ്ങിയിട്ടുണ്ട്. അർച്ചന നമുക്കുള്ള ടിക്കറ്റ് എടുത്തിട്ടുണ്ട്.'

അവർ തിയേറ്ററിൽ എത്തിയപ്പോഴേക്കും സിനിമ തുടങ്ങിയിരുന്നു. അന്ന അപ്പുവിന്റെ കൈയും പിടിച്ചു വലിച്ചുകൊണ്ട് മൊബൈൽ വെട്ടത്തിൽ അർച്ചനയെ തിരഞ്ഞു. അർച്ചനക്കരികിൽ സ്ഥലം കണ്ടെത്തി, അന്നയും അപ്പുവും സമാധാനമായിരുന്ന് സിനിമ കാണാൻ ആരംഭിച്ചു.

'നിനക്ക് എന്തെങ്കിലും വേണോ ഇപ്പോൾ?'

'വേണ്ട നമുക്ക് ഇന്റർവെല്ലിന് മേടിക്കാം'

അവൾ അവന്റെ തോളിൽ ചാഞ്ഞുകിടന്നു. സിനിമ മുന്നോട്ട് പോയപ്പോഴാണ് അന്നയ്ക്ക് കാര്യം മനസ്സിലായത്. അത് കോൺജ്യൂറിങ് പാർട്ടിലെ മൂന്നാമത്തെ സിനിമയായിരുന്നു. ഒരു ഹൊറർ സിനിമ അപ്പു എങ്ങനെ ഉൾക്കൊള്ളും എന്നോർത്ത് അവളുടെ മനസ്സ് അവലാതിപ്പെട്ടു. എന്നാൽ അപ്പുവിന്റെ മുഖത്ത് യാതൊരുവിധ ഭാവവ്യത്യാസവും ഇല്ലായിരുന്നു. സിനിമ തുടങ്ങുന്നത് തന്നെ പ്രേതബാധ ഉള്ള ഒരു കുട്ടിയെ കാണിച്ചുകൊണ്ടായിരുന്നു. അവനെ സുഖപ്പെ

ടുത്താൻ അതിലെ പ്രധാന കഥാപാത്രങ്ങളായ എഡ് വാറനും, ജൂടി വാറനും ശ്രമിക്കുന്നു. പേടിപ്പെടുത്തുന്ന ശബ്ദം ആ തിയേറ്ററിൽ മുഴങ്ങി. അവൾ പേടിയോടെ കണ്ണുകൾ ഇറുക്കിയടച്ച് അവന്റെ കൈയിൽ മുറുകെ പിടിച്ചു.

'ഇന്നലെ പ്രേത കഥ. ഇന്ന് പ്രേത സിനിമ. ബോറടിക്കുന്നുണ്ടല്ലേ?'

അവൾ അല്പം ചമ്മലോടെ അവനോട് ചോദിച്ചു. പ്രേതം പോയി എന്നുറപ്പായപ്പോൾ അന്ന കണ്ണുകൾ മുഴുവൻ തുറന്ന് അവനെ നോക്കി. അപ്പു അപ്പോൾ എന്തോ ചിന്തയിൽ ആഴ്ന്നിരിക്കുകയായിരുന്നു. അവൻ സിനിമ ഒട്ടും തന്നെ ശ്രദ്ധിക്കുന്നില്ല എന്നവൾ മനസ്സിലാക്കി. ഒരു ക്ഷമാപണം എന്ന രീതിയിൽ അന്ന പറഞ്ഞു.

'ഒരു സിനിമാന്ന് കേട്ടപ്പോൾ ഞാൻ ഓടി വന്നന്നേ ഉള്ളൂ. അവൾ ഇതുപോലൊരു പണി ഒപ്പിക്കുമെന്ന് ഞാൻ വിചാരിച്ചില്ല. സാരോല്ല അടുത്തതവണ നമുക്ക് വല്ല റൊമാന്റിക് മൂവിയും കാണാം.'

എസിയുടെ തണുപ്പ് കൂടുതലായതിനാൽ അവൾ അവനോടു കൂടുതൽ ചേർന്നിരുന്നു. എന്നാൽ അല്പ സമയത്തിനുശേഷം അവളുടെ കൈവിടുവിച്ചുകൊണ്ട് അപ്പു പറഞ്ഞു.

'നീ ഇരുന്ന് സിനിമ കാണ്, എനിക്ക് കുറച്ച് പരിപാടിയുണ്ട്.'

അപ്പു വളരെ വേഗത്തിൽ അവിടെ നിന്നെഴുന്നേറ്റ് പുറത്തേക്കു പോയി. ഒന്നും മനസ്സിലാകാതെ അന്നയും അർച്ചനയും അപ്പു പോകുന്നതും നോക്കിയിരുന്നു.

പതിനേഴ്

സമയം പാതിരാത്രിയോട് അടുത്തിരിക്കുന്നു. റോഡിനരികിൽ സ്ഥിതി ചെയ്യുന്ന ചെറിയ വീട്. അതിന്റെ കോളിംഗ് ബെല്ലിൽ ആരോ നിർത്താതെ അടിക്കുന്നുണ്ട്. ഒരു കൊച്ചുകുട്ടിയുടെ കരച്ചിലിനോടൊപ്പം തന്നെ വീടിന്റെ ലൈറ്റുകൾ തെളിഞ്ഞു. ദേഷ്യത്തോടും ഉറക്കെ ചടവോടും കൂടി വാതിൽ തുറന്നയാൾ ചോദിച്ചു.

'ആരാ എന്തുവേണം?'

അതിന് മറുപടി എന്നോണം തിരിച്ചൊരു ചോദ്യം.

'സെബാനല്ലേ?'

തനിക്ക് പരിചയമില്ലാത്ത ഒരാൾ തന്റെ പേര് വിളിക്കുന്നത് കേട്ട് ആകാംക്ഷയോടെ സെബാൻ ചോദിച്ചു.

'അതെ. പക്ഷേ, എനിക്ക് മനസ്സിലായില്ലല്ലോ?'

അത് ശ്രദ്ധിക്കാതെ അവൻ അകത്തേക്ക് കയറുന്നു. മുറിയിൽ സെബാന്റെ ഭാര്യ കുഞ്ഞിനെയും എടുത്ത് നിൽക്കുന്നുണ്ട്. അവൾ ചെറുതായൊന്നു പകച്ചിട്ടുണ്ട്. അതുകണ്ട് അവൻ ചോദിച്ചു.

'കല്യാണം കഴിഞ്ഞ് കൊച്ചുമായല്ലേ?'

ഇതുകേട്ട് ദേഷ്യത്തോടെ സെബാൻ ചോദിച്ചു.

'താൻ ആരാണെന്ന് മനസ്സിലായില്ലല്ലോ?'

പൊട്ടിച്ചിരിച്ചുകൊണ്ട് അവൻ പറഞ്ഞു.

'ഇത് വളരെ പഴയൊരു കഥയാണ്. പള്ളിയിലെ സെമിത്തേരി പറമ്പിൽ നമ്മൾ തുടങ്ങിവച്ച ഒരു കഥ. ആ ശവപ്പെട്ടിയിൽ അവസാനത്തെ ആണി അടിക്കാൻ വന്നതാണ് ഞാൻ.'

ഇതുകേട്ടതും സെബാൻ അത്ഭുതത്തോടും സന്തോഷത്തോടും

കൂടെ അപ്പു... എന്ന് വിളിച്ചുകൊണ്ട് അവനെ കെട്ടിപ്പിടിക്കുന്നു.

'നീ എവിടെയായിരുന്നു ഇത്രയും നാൾ? എല്ലാ വർഷവും നിന്റെ വീട്ടുകാരുടെ ഓർമ്മ ദിവസം ഞാൻ ആ കല്ലറയിൽ ചെല്ലുമായിരുന്നു. നീ എന്നെങ്കിലും വരുമെന്നോർത്ത്. എന്തായാലും നീ വന്നല്ലോ. ഒരുപാട് സന്തോഷമായി.'

അപ്പു സെബാന്റെ കുട്ടിയുടെ അടുത്തുപോയി അവന്റെ മുഖത്ത് തലോടി കരച്ചിൽ അടക്കാൻ ശ്രമിച്ചുകൊണ്ട് പറഞ്ഞു.

'ഞാൻ അമ്മാവന്റെ കൂടെ മുംബൈയിൽ ആയിരുന്നു. പക്ഷേ, ഓർമ്മകൾ എപ്പോഴും ഇവിടെ തന്നെയായിരുന്നു. നീ, എബിൻ, നമ്മുടെ കളിസ്ഥലം, പെരുന്നാൾ അങ്ങനെ ഒറ്റയടിക്ക് മറക്കാൻ പറ്റുന്നതാണോ ഇതെല്ലാം.'

സെബാൻ അപ്പുവിന്റെ തോളിൽ കൈവെച്ചുകൊണ്ട് ചോദിച്ചു.

'പിന്നീട് എപ്പോഴെങ്കിലും ക്ലാര...'

എന്നാൽ അതുമുഴുവനാക്കാൻ അനുവദിക്കാതെ അപ്പു പറഞ്ഞു.

'ക്ലാര, കല്ലറ എല്ലാം ഇവിടെതന്നെ കുഴിച്ചു മൂടിയിട്ടല്ലെ ഞാൻ പോയത്. നഷ്ടം എനിക്ക് മാത്രം ആയിരുന്നല്ലോ. ആ ഡ്രൈവർ കാരണം എനിക്ക് എന്റെ വീട്ടുകാരും നഷ്ടമായി. എല്ലാം എന്റെ ഓരോ തോന്നലായിരുന്നു. അതൊക്കെ പോട്ടെ എബിൻ ഇപ്പോ എന്താ പരുപാടി?'

സെബാൻ അവന്റെ മുഖത്തുനോക്കി ഒരു ദീർഘനിശ്വാസം എടുത്തശേഷം പറഞ്ഞു.

'എബിൻ രണ്ടുവർഷം മുൻപ് മരിച്ചു! ആക്സിഡന്റ് ആയിരുന്നു. നീ പോയെ പിന്നെ ആകെ ഉണ്ടായിരുന്ന കൂട്ടായിരുന്നു അവൻ. പിന്നെ ആ പള്ളീടെ കാര്യം. ഇപ്പൊ ആ പള്ളി അവിടെയില്ല. അത് പൊളിച്ച് പുതിയത് പണിതു. പക്ഷേ, സെമിത്തേരിയും കല്ലറയുമെല്ലാം അവിടെത്തന്നെയുണ്ട്. നമ്മുടെ പ്രേത കല്ലറ കാടുകയറി നശിച്ചു കിടക്കുന്നുണ്ട്. ആരും ആ കല്ലറയിലേക്ക് പോകരുതെന്ന് റോബിനച്ചൻ പറഞ്ഞിട്ടുണ്ടായിരുന്നു. അച്ചൻ ഇപ്പോ വിശ്രമ ജീവിതത്തിലാണ്. ഇടക്ക് ഞാൻ കാണാൻ ചെല്ലുമ്പോൾ നിന്റെ കാര്യമൊക്കെ അന്വോഷിക്കാറുണ്ട്.'

ഇതെല്ലാം ചിരിച്ചുകൊണ്ട് സെബാൻ അവനോട് വിശദീകരിച്ചു. ഇതൊക്കെകേട്ട് ഒന്നും മനസ്സിലാകാതെ നിന്ന ഭാര്യയെ നോക്കികൊണ്ട് സെബാൻ പറഞ്ഞു.

'ഇത് എന്റെ ഭാര്യ അലീന. അവൾക്ക് ഇതുവരെ കാര്യമൊന്നും മനസിലായിട്ടില്ല. അതാ ഇങ്ങനെ അന്തളിച്ചു നിക്കുന്നെ. കുറച്ചൊക്കെ ഞാൻ പറഞ്ഞിട്ടുണ്ട്. പക്ഷേ, എന്നാലും ആ ശാപം കിട്ടിയ...'

അത്രേം പറഞ്ഞു സെബാൻ വാക്കുകൾ വിഴുങ്ങി. പിന്നെ വീണ്ടും അവളെ നോക്കികൊണ്ട് പറഞ്ഞു.

'നീ ഇങ്ങനെ നോക്കി നിൽക്കാതെ പോയി ഒരു ചായ ഇട്ടേ.'

എന്നാൽ അതിനെ എതിർത്തുകൊണ്ട് അപ്പു പറഞ്ഞു.

'ഈ നട്ടപ്പാതിരയ്ക്ക് ആരെങ്കിലും ചായ കുടിക്കുമോ. നീ വാ നമുക്ക് ആ സെമിത്തേരി ഒന്നുപോയി കാണാം.'

അത് കേട്ടപ്പോൾ സെബാന്റെ മുഖത്തെ ചിരി മാഞ്ഞു.

'ഈ നട്ടപ്പാതിരയ്ക്ക് ആരെങ്കിലും സെമിത്തേരി കാണുമോ. അല്ല അപ്പോ അതെല്ലാം നിന്റെ തോന്നലാണെന്ന് പറഞ്ഞിട്ട്?'

'എല്ലാം തോന്നൽ തന്നെയാണ്. പക്ഷേ, അതൊന്ന് ഉറപ്പിക്കേണ്ടെ നമുക്ക്.'

ഒന്നും മനസ്സിലാകാതെ സെബാൻ ചോദിച്ചു,

'അതെങ്ങനെ ഉറപ്പിക്കാൻ! വർഷങ്ങൾ ഇത്ര കഴിഞ്ഞു. എല്ലാം കാടുകയറി ഇല്ലാതായി. ഇനി നമുക്ക് ആവശ്യമുള്ളതും അലട്ടുന്നതും ഒന്നും തന്നെ അവിടെ ഇല്ല.'

കാര്യങ്ങളെ വളരെ നിസാരമട്ടിൽ സെബാൻ അവതരിപ്പിച്ചു.

'നിങ്ങൾക്കാർക്കും അറിയാത്ത ഒരു രഹസ്യം അവൾ എന്നോട് പറഞ്ഞിട്ടുണ്ട്. അത് സത്യമല്ലെങ്കിൽ ഇതെല്ലാം എന്റെ തോന്നലാണെന്ന് എനിക്ക് ഉറപ്പിക്കാമല്ലോ.'

അപ്പുവിന്റെ മുഖം എന്തോ തീരുമാനിച്ചുറപ്പിച്ച പോലെ ആയിരുന്നു.

'ഇനിയത് സത്യമാണെങ്കിൽ'

അൽപ്പം ഭീതിയോടെ സെബാൻ ചോദിച്ചു.

'സത്യമാണെങ്കിൽ അത് നമുക്ക് അപ്പോൾ ആലോചിക്കാം. നീ വാ.'

അപ്പു സെബാന്റെ കയ്യിൽ പിടിച്ചുവലിച്ചു. എന്നാൽ ആ കൈ വിടുവിച്ചുക്കൊണ്ട് സെബാൻ പറഞ്ഞു.

'അപ്പു എനിക്ക് ഭാര്യയും കുട്ടിയുമുണ്ട്. ഞാനില്ല ആ നശിച്ച സ്ഥലത്തേക്ക്. ഞാൻ മാത്രം അല്ല നീയുമില്ല.'

ഒരു നിമിഷം അവന്റെ ഭാര്യയുടെ മുഖത്തേയ്ക്ക് നോക്കിയശേഷം അപ്പു പറഞ്ഞു.

'എനിക്ക് ആ പ്രേത കഥ പറഞ്ഞുതന്നത് നീയാണ്. ആ കല്ലറയുടെ മുകളിൽ കിടക്കാൻ പറഞ്ഞുവിട്ടതും നീയാണ്.'

അപ്പു കിതച്ചുകൊണ്ട് തുടർന്നു.

'എനിക്ക് ഇതെല്ലാം അവസാനിപ്പിക്കണം സെബാൻ. എല്ലാം

എന്റെ വെറും തോന്നൽ മാത്രമാണെന്ന് എനിക്കുറപ്പിക്കണം. നീ വരുന്നില്ലേ വേണ്ട. ഞാൻ എന്തായാലും പോകാൻ തീരുമാനിച്ചു.'

അപ്പു ഇതും പറഞ്ഞ് മുറ്റത്തേക്കിറങ്ങി. അപ്പോൾ പുറകിൽ നിന്ന് സെബാൻ പറഞ്ഞു.

'നിക്ക്. നീ എന്തായാലും ഒറ്റക്ക് പോകണ്ട. ഇനി നിനക്ക് ഒന്നും വരാൻ ഞാൻ സമ്മതിക്കില്ല.'

ചിരിച്ചുകൊണ്ട് അപ്പു പറഞ്ഞു.

'എനിക്കറിയാമാരുന്നു നീ വരുമെന്ന്. നീ എൻ നൻപനല്ലേ.'

അവർ ഒരു കമ്പിയും വാക്കത്തിയും എടുത്തുകൊണ്ട് കല്ലറക്കരികിലേക്ക് നടന്നു. സെബാൻ തിരിഞ്ഞു നോക്കിയപ്പോൾ അലീനയും കൊച്ചും അവരെ തന്നെ നോക്കി വീടിന്റെ വാതിൽക്കൽ നിൽക്കുന്നുണ്ടായിരുന്നു. കൈകൾക്കൊണ്ട് അവരോടു അകത്തേക്കു പൊക്കോളാൻ പറഞ്ഞശേഷം സെബാൻ അപ്പുവിന്റെ ഒപ്പം എത്തി ടോർച്ച് നീട്ടിയടിച്ചു.

നടക്കുന്ന വഴിയിലുടനീളം അപ്പുവിന്റെ മനസ്സിൽ ക്ലാരയുമൊത്തുള്ള ഓർമ്മകൾ തന്നെയായിരുന്നു. കല്ലറയെ കെട്ടിപിടിച്ചിരുന്നിട്ടുള്ള തണുത്ത രാത്രികൾ, വീട്ടുകാരുടെ വഴക്കുകൾ, റോബിൻ അച്ചന്റെ ഉപദേശം, അനിയത്തിയുടെ നിഷ്കളങ്കമായ കണ്ണുകൾ.., അവളുടെ ചേട്ടായി എന്ന വിളി മനസ്സിലേക്ക് വന്നതും അപ്പുവിന്റെ കണ്ണുകൾ നിറഞ്ഞൊഴുകി. ജീവിതം എത്ര പെട്ടന്നാണ് മാറിമറയുന്നത്. സന്തോഷത്തിന്റെ കൊടുമുടിയിൽ നിന്ന് സങ്കടത്തിന്റ താഴ്‌വരയിലേക്കുള്ള ദൂരം ഇത്രേം ഉള്ളല്ലേ. ഒരു കല്ലറയോളം ചെറുത്.

കല്ലറ വൃത്തിയാക്കിയെടുക്കാൻ അവർ കുറച്ചേറേ കഷ്ടപ്പെട്ടു. സെബാൻ പറഞ്ഞതിലും ഭീകരമായിരുന്നു കല്ലറയുടെ ഇപ്പോഴത്തെ അവസ്ഥ. ക്ലാരയെ ഇനി ആരും പുൽകാതിരിക്കാനായിരിക്കാം അവളുടെ ഹൃദയഭാഗത്ത് വലിയ മുൾക്കാട് വളർന്നിട്ടുണ്ട്. അപ്പു വളരെ ശ്രദ്ധാപൂർവം അതു വലിച്ചുമാറ്റിയെങ്കിലും മുള്ളുകൾ കൊണ്ട് ചോരവന്നു. പാമ്പുകളുടെ ശല്യം പേടിച്ച് വളരെ കരുതലോടെയാണ് അവർ കാടെല്ലാം വെട്ടിയത്. സെബാൻ ഒട്ടും താല്പര്യം ഇല്ലാതെ തന്നെയാണ് ഇതൊക്കെ ചെയ്തുകൊണ്ടിരുന്നത്. അവന്റെ മനസ്സ് നിറയെ ഭാര്യയും കുട്ടിയുമായിരുന്നു. അവൾ താൻ തിരിച്ചുവരുന്നതും നോക്കി ആ വാതിലിനരികിൽ തന്നെ കാണുമെന്ന് അവനുറപ്പായിരുന്നു. അവർ എല്ലാ ജോലിയും പൂർത്തിയാക്കി കല്ലറക്ക് ചുറ്റും ടോർച്ചടിച്ചു നോക്കി. കാലപ്പഴക്കം കൊണ്ട് വശങ്ങൾ ചെറുതായി തകർന്നിട്ടുണ്ട്. കുരിശിനുമേൽ കാട്ടുവള്ളി പടർന്ന് അതിനെയും മറിച്ചിട്ടിട്ടുണ്ട്. അപ്പു സെബാനെ നോക്കി ചോദിച്ചു.

'പള്ളിയും, അച്ചനുമൊന്നും ഇവിടെ ഇല്ലെന്നല്ലേ നീ പറഞ്ഞേ.'

'ഇല്ല. പള്ളി കുറച്ചുകൂടി താഴേക്ക് പൊളിച്ചു പണിതു.'

അപ്പു ബാഗിൽ നിന്ന് ഏതാനും ഉപകരണങ്ങൾ എടുത്ത് കല്ലറയ്ക്ക് ചുറ്റുമായിവച്ചു.

'ഇത് എന്ത് ഉപകരണങ്ങളാണ്'

സെബാൻ സംശയത്തോടെ ചോദിച്ചു.

'നിനക്ക് പറഞ്ഞാൽ ചിലപ്പോൾ മനസ്സിലാവത്തില്ല. ഇതെല്ലാം പ്രേത സാന്നിധ്യം കണ്ടുപിടിക്കുന്ന ഉപകരണങ്ങളാണ്. ഏതെങ്കിലും സൂപ്പർ നാച്ചുറൽ ഫോഴ്സ് ഇവിടെയുണ്ടെങ്കിൽ ഇത് നമുക്ക് സിഗ്നൽ തരും.'

പരിഭ്രമത്തോടെ സെബാൻ പറഞ്ഞു.

'ആ ബെസ്റ്റ്. സെമിത്തേരിയിൽ പ്രേതം ഉണ്ടോന്ന് കണ്ടു പിടിക്കാൻ വന്നതാണോ? അല്ല. അപ്പോൾ ശരിക്കും നിനക്ക് എന്താരുന്നു മുംബൈയിൽ പരിപാടി?'

'ഞാൻ അവിടെ പാരനോർമൽ ആക്ടിവിറ്റിയിൽ റിസർച്ച് നടത്തുവായിരുന്നു.'

അപ്പു ഇ.വി.പി റെക്കോർഡർ എടുത്ത് സെറ്റ് ചെയ്തുകൊണ്ട് പറഞ്ഞു. അതുകണ്ട് സെബാൻ ചോദിച്ചു.

'ഇതെന്താ സാധനം?'

'ഇത് ഇലക്ട്രോണിക് വോയിസ് ഫിനോമിന, നമുക്ക് കേൾക്കാൻ പറ്റാത്ത ശബ്ദങ്ങൾ ഇത് റെക്കോർഡ് ചെയ്തിരിക്കും.'

ഇവ കൂടാതെ മറ്റു ചില ഉപകരണങ്ങൾ കൂടി അവൻ എടുത്ത് സെറ്റ് ചെയ്തുവച്ചു. ചോദിക്കാൻ നിന്നാൽ എല്ലാത്തിന്റെയും പേര് ചോദിക്കേണ്ടി വരും എന്നുള്ളതുകൊണ്ട് സെബാൻ മൗനം പാലിച്ചു. സെബാന്റെ മൗനം കണ്ടുകൊണ്ട് അപ്പു പറഞ്ഞു.

'ഇവിടെ നടക്കാൻ പോകുന്ന ഒന്നും തന്നെ നിന്നെ ബാധിക്കില്ല. എനിക്ക് കിട്ടേണ്ടത് മനസ്സിലായാൽ നമ്മൾ അപ്പോൾ തന്നെ ഇവിടന്ന് പോകും.'

അപ്പു സെബാനു ഉറപ്പുകൊടുത്തു.

കല്ലറയിലേക്ക് നിർവികാരതയോടെ നോക്കികൊണ്ട് സെബാൻ ചോദിച്ചു.

'പ്രേതങ്ങളോട് പ്രതികാരം ചെയ്യാനുള്ള പരിപാടിയാണോ? എന്നെ വിട്ടേരെ. ഈ ഇംഗ്ലീഷ് പ്രേതങ്ങൾ ഒന്നും എനിക്ക് പറ്റില്ല.'

സെബാൻ കളിയാക്കിക്കൊണ്ട് ചിരിച്ചു. ആ ചിരിക്ക് മറുപടിയാ

യി അപ്പു പറഞ്ഞു;

'ഇംഗ്ലീഷ് പ്രേതമാണോ, മലയാളം സംസാരിക്കുന്ന പ്രേതമാണോ എന്ന് നമുക്ക് കണ്ടുതന്നെ അറിയണം.'

അവൻ ഇതും പറഞ്ഞ് കമ്പി എടുത്തു. അപ്പു കല്ലറക്ക് നേരെ നീങ്ങുന്നത് കണ്ട് അവനെ തടഞ്ഞുകൊണ്ട് സെബാൻ പറഞ്ഞു.

'അപ്പു ഇത് തീക്കളിയാണ്. ഇത്രേം നേരം നീ പറഞ്ഞതിനെല്ലാം ഞാൻ കൂട്ടുനിന്നു. ഇത് വേണ്ട. ഈ കല്ലറ തുറന്നിട്ട് നിനക്കിനി എന്ത് മനസ്സിലാകാനാണ്?'

ഒരു കിതപ്പോടെ അപ്പു പറഞ്ഞു.

'നിനക്കറിയാമോ നിങ്ങൾ വിചാരിക്കുന്നപോലെ ക്ലാരയെ അവളുടെ പപ്പ കൊന്നു കത്തിക്കുകയല്ല ചെയ്തത്. കത്തിക്കുന്നതിനു മുൻപ് അവളെ എലിസബത്ത് ഈ കല്ലറയിലേക്ക് കൊണ്ടുപോയിരുന്നു. എന്നോട് ഈ രഹസ്യം പറഞ്ഞത് ക്ലാര തന്നെയാണ്. അവൾ എന്നോട് സംസാരിച്ചത് സത്യമാണെങ്കിൽ ഈ കല്ലറയിൽ അവളുണ്ട്. അതെനിക്ക് പരിശോധിക്കണം. എന്നെയും എന്റെ അനിയത്തിയെയും രണ്ടാക്കിയതുപോലെ, ക്ലാരയെയും എലിസബത്തിനെയും ഞാൻ വേർപ്പെടുത്തും.'

സെബാൻ ഒന്നും മനസ്സിലാകാതെ പരിഭ്രാന്തിയോടെ നിന്നു. അപ്പു മറ്റൊന്നും ആലോചിക്കാതെ കല്ലറയിൽ ആഞ്ഞു കുത്തി. കല്ലറയുടെ വശങ്ങൾ വീണ്ടും കൂടുതൽ പൊടിഞ്ഞു. കല്ലറക്കുള്ളിൽ കണ്ട ഗ്യാപ്പിൽ കമ്പി കുത്തി കല്ലറയുടെ മൂടി അവൻ മൊത്തത്തിൽ നിരക്കി മാറ്റി. ശേഷം ടോർച്ചുമെടുത്ത് അവനാ കല്ലറയിലേക്ക് ചാടി ഇറങ്ങി. ഭ്രാന്തമായ രീതിയിൽ അവിടെ ആകെ പരിശോധിച്ചു. അല്പസമയം കഴിഞ്ഞ് ടോർച്ച് കടിച്ചു പിടിച്ചുകൊണ്ട് അപ്പു കൈകൾ രണ്ടും ഉയർത്തി കാണിച്ചു. ആ കാഴ്ച കണ്ട് സെബാൻ ഞെട്ടി. ആർക്കും അറിയാത്ത രഹസ്യം അപ്പുവിന്റെ കൈകളിൽ. സെബാൻ തന്റെ കൈയിലിരിക്കുന്ന ടോർച്ച് അവന്റെ നേരെ അടിച്ചു താൻ കാണുന്നത് സത്യമാണോ എന്നുറപ്പിച്ചു. അപ്പുവിന്റെ കൈകളിൽ ഒരേ വലിപ്പം ഉള്ള രണ്ട് തലയോട്ടികൾ ഇരുന്ന് വിറകൊള്ളുന്നുണ്ടായിരുന്നു. സെബാൻ വിറയലോടെ ചോദിച്ചു.

'അപ്പു നീ എന്ത് ചെയ്യാൻ പോകുവാ?'

അവന്റെ മുഖഭാവം കണ്ട് സെബാന് അരുതാത്തത് എന്തോ നടക്കാൻ പോകുന്നപോലെ തോന്നി. ഇനിയും താൻ കാരണം അപ്പു കുരുക്കിലാകരുത് എന്ന് അവൻ ആത്മാർത്ഥമായി ആഗ്രഹിച്ചു.

'സെബാനെ, വർഷങ്ങളായുള്ള എന്റെ ആഗ്രഹമാണ് ഇതിൽ ഒരു തലയോട്ടിയെ പൊടിച്ച് കാറ്റിൽ പറത്തണമെന്ന്. പക്ഷേ...' അവൻ

ചുറ്റും നോക്കികൊണ്ട് തുടർന്നു. 'പക്ഷേ ഇന്ന് ഞാനത് ചെയ്യില്ല. കാരണം ക്ലാര ഇപ്പോഴും മറഞ്ഞിരിക്കുകയാണ്. അവൾക്ക് മുന്നിൽ വച്ച് എനിക്കിതെല്ലാം ചെയ്യണം.'

അപ്പു തലയോട്ടികൾ കല്ലറയിലേക്ക് ഇട്ടുകൊണ്ട് തിരികെ ചാടി കയറി.

'നിനക്ക് ഒന്നും മനസ്സിലാവുന്നില്ല എന്ന് എനിക്കറിയാം. എന്നാൽ, ഇതിനുവേണ്ടിയാണ് ഇത്രയും നാളും ഞാൻ ജീവിച്ചത്. ഒരുപക്ഷേ, നിനക്കിതെല്ലാം ഭ്രാന്തായി തോന്നുമായിരിക്കും. നഷ്ടങ്ങളെല്ലാം എനിക്കായിരുന്നല്ലോ.'

'നീ പറയുന്നതെല്ലാം ഞാൻ വിശ്വസിക്കാം. പക്ഷേ, ക്ലാര എങ്ങനെ വരുമെന്നാ നീ പറയുന്നേ?'

ഒരിക്കലും നടക്കാൻ ഇടയില്ലാത്ത ഒരു കാര്യം കഷ്ടപ്പെട്ട് വിശ്വസിച്ചുകൊണ്ട് സെബാൻ ചോദിച്ചു.

'അവൾക്ക് ഏറ്റവും ഇഷ്ടപ്പെട്ട ഒന്ന് എന്റെ കൈയിലുണ്ട്. അത് കണ്ടാൽ അവൾ ഉറപ്പായും വരും.'

അപ്പു കല്ലറ പഴയപോലെ നിരക്കി മൂടി. സെബാനും അവനെ സഹായിച്ചു. എല്ലാം കഴിഞ്ഞ് കൈകൂപ്പി അവന്റെ നേരെ നോക്കി കൊണ്ട് സെബാൻ പറഞ്ഞു.

'നീ എന്ത് വേണമെങ്കിലും ആയിക്കൊള്ളു എന്നെ ഉപദ്രവിക്കരുത്. അവൾക്കും കൊച്ചിനും ഞാൻ മാത്രമേ ഉള്ളു.'

അവന്റെ അപേക്ഷ കേട്ട് തോളിൽ തട്ടിക്കൊണ്ടു അപ്പു പറഞ്ഞു.

'ഇത്രയും നീ എനിക്ക് വേണ്ടി ചെയ്തില്ലേ അത് മതി. ഉടനെ തന്നെ എല്ലാത്തിനും ഉത്തരം കണ്ടെത്തി ഈ കല്ലറയുടെ ശാപം അവസാനിപ്പിച്ചിട്ടേ നമ്മൾ ഇനി കാണൂ.'

അപ്പു നിറക്കണ്ണുകളോടെ അവനെ നോക്കി പുഞ്ചിരിച്ചു.

പതിനെട്ട്

'നല്ല ആളാണ്. സിനിമക്കിടെന്ന് ഒരു പോക്ക് പോയതാണ്. ഒരാഴ്ചയായി. എവിടാണ് എന്താണ് എന്നൊന്നും ഞാൻ അറിയണ്ടേ. ഫോൺ മുഴുവൻ സമയവും സ്വിച്ചഡ് ഓഫ്. എനിക്ക് എന്തോരം സങ്കടമായെന്ന് അറിയാമോ. അല്ലേലും ഞാൻ ഒരുപാട് സ്നേഹിക്കുന്നവരെല്ലാം അവസാനം എന്നെ സങ്കടപ്പെടുത്തിയിട്ടേ ഉള്ളു.'

അന്ന കരച്ചിലടക്കാൻ പാടുപ്പെട്ടുകൊണ്ട് അവനോട് പറഞ്ഞു. ഇനി താൻ എന്തെങ്കിലും പറഞ്ഞാൽ അവൾ പൊട്ടികരയുമെന്ന് മനസ്സിലാക്കിയ അപ്പു അവളുടെ ചുവന്നുതുടുത്ത മുഖം തന്റെ കൈക്കുള്ളിലാക്കി കണ്ണുകളിൽ നോക്കി ക്ഷമ പറഞ്ഞു. അവന്റെ കണ്ണുകളും ഏറെ കുറേ നിറഞ്ഞിരുന്നു. അന്നക്ക് ഏറെനേരം കണ്ണുനീർ പിടിച്ചു നിർത്താനായില്ല. അവൾ ആ കൈകൾ തട്ടിമാറ്റി അപ്പുവിന്റെ നെഞ്ചോടു മുഖംചേർത്ത് വിങ്ങിപൊട്ടി. അവൻ അവളുടെ ചെവിയിൽ പതിയെ മന്ത്രിച്ചു.

'ഇനി നിന്നെ ഞാൻ ഒരിക്കലും ഒറ്റക്കാക്കി പോകില്ലാട്ടോ.'

അവളുടെ സങ്കടം ഏറെനേരം കണ്ട് നിൽക്കാനാകാതെ അവൻ പറഞ്ഞു.

'ഇപ്പോ തന്നെ സ്കൂളിൽ പറഞ്ഞ് ലീവ് എടുത്തോ. നമ്മൾ ഒരു യാത്ര പോകുവാണ്.'

കേട്ടത് വിശ്വസിക്കാനാവാതെ അവൾ അവനെ നോക്കി.

'ശരിക്കും?'

'ആന്നെ. നമ്മൾ ഒരു ദൂരയാത്ര പോയി നിന്റെ മനസ്സൊക്കെ ഓക്കെയായിട്ട് തിരിച്ചുവരും. നീ മൂന്നാർ പോയിട്ടുണ്ടോ? നല്ല തണുപ്പാണ്. ലൗവേർസിന് പോകാൻ പറ്റിയ ക്ലൈമറ്റാണ് അവിടെ എന്നാ കേട്ടത്.'

അതുകേട്ടതും അവൾ അല്പം ചമ്മലോടെ ചിരിച്ചു.

'ഞാൻ എപ്പോഴേ റെഡി.'

അവൾ ഫോണെടുത്തു അർച്ചനയെ വിളിച്ചു കാര്യം പറയാനായി പോയി. അപ്പു അവളെ നോക്കി ഉറക്കെ വിളിച്ചു പറഞ്ഞു.

'അപ്പോ നാളെ രാവിലെ ഒരു മൂന്ന് മണിക്ക് റെഡി ആയിരുന്നോ'

കൈവീശി അവൾക്ക് യാത്ര നൽകി അപ്പു തിരികെ പോന്നു.

പത്തൊമ്പത്

ഒരു ചുവന്ന സ്വിഫ്റ്റ് കാറിലായിരുന്നു അവരുടെ യാത്ര. ഏതാണ്ട് നേരം വെളുത്തു തുടങ്ങിയപ്പോഴേക്കും മൂന്നാർ എത്തിയിരുന്നു. തേയില തോട്ടങ്ങൾക്കിടയിലൂടെയുള്ള ചെറിയ വഴിയിലൂടെ അവർ റിസോർട്ട് ലക്ഷ്യമാക്കി നീങ്ങി. ഏതാനും നേരത്തെ യാത്രക്കൊടുവിൽ അവർ കുന്നിൻ മുകളിൽ കാർമേഘത്തെ പുൽകാൻ വെമ്പുന്ന ഒരു മനോഹരമായ റിസോർട്ടിനരികിൽ എത്തി. കാറിൽ നിന്നിറങ്ങി അന്ന ആദ്യം ചെയ്തത് ഒഴുകി നീങ്ങുന്ന മഞ്ഞിനെ പുൽകാൻ നോക്കുകയാണ്. അവളുടെ ദേഹത്തെല്ലാം മഞ്ഞുതുള്ളികൾ നനവുണ്ടാക്കി കൊണ്ടിരുന്നു. കുഞ്ഞു കുട്ടികളുടേതുപോലുള്ള അവളുടെ നിഷ്കളങ്കതയും ചിരിയുമെല്ലാം അവിടെയുണ്ടായിരുന്നവർ നോക്കി നിന്നു. അവൻ അവളെ തടയാൻ പോയില്ല. ദൂരെ മാറിനിൽക്കുന്ന അവനെ അവൾ കൈ ഉയർത്തി വിളിച്ചു. അപ്പു കാറിൽ നിന്ന് ഒരു കമ്പിളി ഷാൾ എടുത്തുകൊണ്ട് വന്ന് അവളെ പുതപ്പിച്ചു, തന്നോട് ചേർത്തുപിടിച്ചു. അവന്റെ ചൂട് ശ്വാസം അവളുടെ കഴുത്തിൽ പതിയുന്നുണ്ടായിരുന്നു. ജീവിതത്തിൽ ഒരു വലിയ സുരക്ഷിതത്വം താൻ അനുഭവിക്കുന്നതായി അവൾക്കനുഭവപ്പെട്ടു. ഇത്രനാൾ ഒറ്റക്കായതിന്റെ ഏകാന്തത, വിരസത തന്നെ വിട്ടുപോകുന്നതായി അവൾ അറിഞ്ഞു. അവന്റെ കൈത്തണ്ടയിൽ നഖം അമർത്തി വേദനിപ്പിച്ചോണ്ട് അന്ന ചോദിച്ചു.

'ഇപ്പോൾ സിനിമയിൽ ആയിരുന്നേൽ നമ്മൾ എന്നാ ചെയ്തേനെ?'

അവൻ ചോദ്യം മനസ്സിലാവാത്ത രീതിയിൽ അഭിനയിച്ചുകൊണ്ട് ചോദിച്ചു.

'എന്നാ ചെയ്തേനെ നീ പറ?'

'എടാ മണ്ടാ നമ്മൾ പാട്ടുംപാടി ഇതിലൂടെ കെട്ടിപിടിച്ചു നടന്നേനെ.'

ഇത് പറയുമ്പോൾ അവൾ തണുപ്പ് കാരണം കൈകൾ കൂട്ടി തിരുമുന്നുണ്ടായിരുന്നു.

'ആണോ. എന്നാ ഇപ്പോ നിന്റെ ആഗ്രഹം ഞാൻ നടത്തിത്തരാം. തത്കാലം പാട്ടുപാടണ്ട നമുക്ക് പാട്ടു കേൾക്കാം.'

അപ്പു പോക്കറ്റിൽ നിന്ന് ഹെഡ്സെറ്റ് എടുത്ത് ഒന്ന് അവളുടെ കാതിൽ വച്ചുകൊടുത്തു മറ്റേത് തന്റെ ചെവിയിലും വച്ചു. മൊബൈലിൽ ഒരു പ്രണയഗാനം പ്ലേ ചെയ്തു...

'രാവിൻ നിലാക്കായൽ ഓളം തുളുമ്പുന്നു

നാണം മയങ്ങും പൊന്നാമ്പൽ പ്രേമാർദ്രമാകുന്നു...'

അന്ന എല്ലാംമറന്ന് അപ്പുവിനോട് ചേർന്നുനിന്നു. അവർക്ക് മുന്നിലൂടെ കാറ്റിനൊപ്പം തൂമഞ്ഞ് ഒഴുകി നീങ്ങിക്കൊണ്ടിരുന്നു.

ഇരുപത്

രാത്രിയിലെ യാത്രയെ കൂടുതൽ ദുഷ്കരമാക്കാൻ മഞ്ഞും മഴയും അകമ്പടിയായെത്തി. മലപ്രദേശമായതിനാൽ വളരെ പതുക്കെയാണ് അപ്പു വണ്ടി ഓടിച്ചത്. അവൻ അന്നയെ നോക്കി. സമയം വൈകുന്നതിന്റെ യാതൊരു ടെൻഷനും അവളുടെ മുഖത്ത് കാണാനില്ല. അവൾ അത്രത്തോളം തന്നെ വിശ്വസിക്കുന്നുണ്ട് എന്നോർത്ത് അവൻ ചെറുതായൊന്നു പുഞ്ചിരിച്ചു. മഴയ്ക്ക് അല്പം ശമനമായപ്പോൾ വഴിയോര കാഴ്ചകൾ അവർക്ക് മുന്നിൽ തെളിഞ്ഞുവന്നു. കാറിന്റെ വെട്ടത്തിന് മുന്നിൽ കാണുന്ന മരങ്ങളല്ലാതെ മറ്റൊരു വീടോ കടയോ പോകുന്നവഴിയിൽ കാണാനില്ലാരുന്നു.

'ആകെ ഒരു ഹൊററർ ഫീലിംഗ് ആണല്ലോ മാഷേ.'

അന്ന ചുറ്റും നോക്കികൊണ്ട് പറഞ്ഞു.

'അന്ന നീ ഓർക്കുന്നുണ്ടോ പണ്ട് ദൂരദർശൻ ചാനലിൽ ഒരു പ്രേത പരിപാടി ഉണ്ടായിരുന്നത്. 'സംഭവങ്ങൾ' എന്നോ മറ്റോ ആയിരുന്നു അതിന്റെ പേര്. കുട്ടിക്കാലത്ത് അത് കാണാൻ വേണ്ടി ഞങ്ങൾ രാത്രി ഉറക്കമൊഴിച്ച് ഇരുന്നിട്ടുണ്ട്.'

'എന്താ ഇപ്പോ അത് പറയാൻ കാരണം?'

'ഏയ് ഒന്നുമില്ല. അത് ആരംഭിക്കുന്നതും ഇതുപോലെ വഴിക്ക് ഇരുവശവുമുള്ള വലിയ മരങ്ങളെ കാണിച്ചു കൊണ്ടാണ്.'

അന്ന ചെറുതായി പേടി അഭിനയിച്ചുകൊണ്ട് പറഞ്ഞു.

'എന്റെ പൊന്നോ ഇനി ഒരു പ്രേതകഥ വേണ്ടായേ.'

അവർ ഇരുവരും ചിരിച്ചു. പെട്ടെന്ന് അന്ന എന്തോ ഓർത്തിട്ടെന്ന പോലെ പറഞ്ഞു.

'ഇന്നലെ രാവിലെ ഞാൻ ഒരു സ്വപ്നം കണ്ടു. സ്വപ്നത്തിൽ ഞാനും നീയുമാണ് ഉള്ളത്. ഒരു വീട്. അതിൽ നമ്മൾ വാതിൽ അടച്ചിരിക്കുകയാണ്. രണ്ടുപേരും നന്നായി പേടിച്ചിട്ടുണ്ട്. നീ എന്തോ ഭ്രാന്ത് പിടിച്ചപ്പോലെ മുറിയിലൂടെ ഓടി നടക്കുവാണ്. ഇടയ്ക്കിടക്ക് ക്ലോക്കിൽ നോക്കുന്നുണ്ട്. ഏതോ ഒരു സമയമാകുമ്പോൾ ഒരാൾ എന്നെ കൊല്ലാൻ വരും. അതീന്ന് എന്നെ രക്ഷിക്കാനാണ് നീ ശ്രമിക്കുന്നത്. അതെന്തോ ഗോസ്റ്റ് പോലുള്ള ഒന്നാണ്. പക്ഷേ, അതു വരുന്ന കൃത്യം ടൈം ആയപ്പോൾ തന്നെ അലാറം കേട്ട് ഞാൻ എഴുന്നേറ്റു.'

ഇതും പറഞ്ഞവൾ അപ്പുവിന്റെ നേരെ നോക്കികൊണ്ട് പറഞ്ഞു.

'നിനക്കാരുന്നു അപ്പു നല്ല പേടി. എനിക്കൊന്നും വരില്ല എന്നൊക്കെ പറഞ്ഞ് നീ എന്നെ സമാധാനിപ്പിക്കുന്നുണ്ടായിരുന്നു. എന്തൊക്കെ തരം സ്വപ്നങ്ങൾ ആണല്ലേ കാണുന്നത്.'

അവൾ ചിരിച്ചുകൊണ്ട് പറഞ്ഞു നിർത്തി. അപ്പു ഒരു നിമിഷം ആലോചിച്ചശേഷം പറഞ്ഞു.

'ആ സ്വപ്നം കാണാനുള്ള പ്രധാന കാരണം, ഒന്ന് നിനക്ക് രാവിലെ മൂന്ന് മണിക്ക് എഴുന്നേൽക്കണമായിരുന്നു. അപ്പോ മനസ്സ് കണ്ടെത്തിയ വഴിയാണ് മനഃപൂർവം ഒരു ഇൻസിഡന്റ് സ്വപ്നം പോലെ രൂപപ്പെടുത്തി അതും നീ എണീക്കണ്ട സമയവും ആയി കണക്ട് ചെയ്യുക എന്നത്. അപ്പോൾ അലാറം അടിച്ചപ്പോ തന്നെ നീ അലെർട്ടായി എണീറ്റു. രണ്ടാമത്തെ കാര്യം അതിലെ കഥാപാത്രം വന്നത് എന്റെ ഹൊറർ കഥ കേട്ടതിൽ നിന്നാണ്. പിന്നെ നീ ഒരുപാട് ഓർത്തിരിക്കുന്ന ഞാനും അതിലെ കഥാപാത്രമായി.'

'പിന്നെ ഒരുപാട് ഓർത്തിരിക്കുന്ന ഒരാള്.'

അതും പറഞ്ഞവൾ അപ്പൂവിന്റെ കവിളിൽ സ്നേഹത്തോടെ ചെറുതായി അടിച്ചു.

'അപ്പൊ പാരനോർമൽ മാത്രമല്ല സൈക്കോളജിയും അറിയാമല്ലേ.'

അപ്പു അവളെ നോക്കി ഒരു കള്ളചിരിയോടെ പറഞ്ഞു.

'എന്നാ ഞാൻ ഒരു സത്യം പറയട്ടെ. ഇത് കുറച്ചു ബുദ്ധിയുള്ള ആർക്കു വേണേലും പറയാവുന്ന കാര്യമൊള്ളൂ. അതിന് സൈക്കോളജി പഠിക്കുവൊന്നും വേണ്ട.'

'ഓഹോ അപമാനം, ഇനി നീ ആരോടാന്നു വച്ചാൽ പോയി മിണ്ടിക്കോ എന്നെ നോക്കണ്ട.'

അന്ന പരിഭവത്തോടെ വിൻഡോ സൈഡിലേക്ക് മുഖം തിരിച്ചു.

'എന്നാ നീ ഒരു സ്വപ്നം കൂടി കാണാൻ പോകുകയാണെന്ന് വിചാരിച്ചോ, നീ കണ്ടതുപോലൊരു സ്വപ്നം.'

അന്ന സംശയഭാവത്തിൽ അപ്പുവിനെ നോക്കി.

അപ്പു ഇൻഡിക്കേറ്ററിട്ട് ഒരു പള്ളിക്കരികിലായി വണ്ടി ഒതുക്കി. അവൻ ഡോർ തുറന്നു പുറത്തേക്കിറങ്ങി. അന്ന കാറിൽ തന്നെ ഇരുന്നുകൊണ്ട് ചുറ്റുപാടും നീരിക്ഷിച്ചു. ഉടനെ അവളുടെ മുഖഭാവം മാറി. അവൾ ഡോർ തുറന്ന് പുറത്തിറങ്ങിക്കൊണ്ട് ചോദിച്ചു.

'നമ്മൾ എന്താ ഇവിടെ?'

അവൾ പേടിയോടും വിറയലോടും കൂടെ അപ്പുനോട് പറഞ്ഞു.

'അപ്പു നമുക്ക് എത്രയും പെട്ടന്ന് ഇവിടെ നിന്ന് പോകണം. ഈ പള്ളിയിലെ സെമിത്തേരിപ്പറമ്പിലാണ് എന്റെ ആദി മരിച്ചു കിടന്നത്.'

അത് പറയുമ്പോൾ അവളുടെ കണ്ണുകൾ ചുറ്റും പേടിയോടെ പരതുന്നുണ്ടായിരുന്നു. അത് ശ്രദ്ധിക്കാതെ വാച്ചിൽ നോക്കികൊണ്ട് അവൻ പറഞ്ഞു.

'അപ്പോൾ നിനക്ക് കാര്യമൊന്നും ഇതുവരെ മനസ്സിലായില്ലല്ലേ. ഈ നശിച്ച പള്ളിയും ഇവിടുത്തെ കല്ലറയുമാണ് നമ്മടെ ജീവിതം ഇങ്ങനെയാക്കി തീർത്തത്. എല്ലാത്തിന്റേം ആരംഭം ഇവിടെ നിന്നാണ്. ക്ലാര ഉള്ളത് ഇവിടെയാണ്.'

അന്ന ഒന്നും മനസ്സിലാകാതെ അപ്പുവിനെ തന്നെ നോക്കി.

'ഇതും ഞാനും തമ്മിലെന്താ ബന്ധം. അപ്പു എനിക്കൊന്നും മനസ്സിലാകുന്നില്ല.'

അവൾ കരച്ചിലിന്റെ വക്കിലെത്തിയിരുന്നു. അപ്പു ഒരുനിമിഷം പള്ളിയുടെ നേർച്ചപ്പെട്ടിക്കരികിൽ കത്തി തീരാറായികൊണ്ടിരിക്കുന്ന മെഴുതിരിയിലേക്ക് നോക്കിനിന്ന ശേഷം പറഞ്ഞു.

'ക്ലാരക്ക് ഉണ്ടായിരുന്നത് ഒരു അനിയനും അനിയത്തിയുമായിരുന്നു. അതിൽ അനിയനെ അവൾ എലിസബത്തിന് കൊടുത്തു. അന്ന് രക്ഷപ്പെട്ട അവളുടെ അനിയത്തി നീയാണ്.'

അന്ന പേടിയോടെ തലക്ക് കൈകൊടുത്തുകൊണ്ട് കാറിലേക്ക് ചാരി. അപ്പു തുടർന്നു.

'മരിക്കും മുമ്പ് ക്ലാര പറഞ്ഞ ഒരു കാര്യമുണ്ടായിരുന്നു. നിന്റെ കുടുംബത്തിൽ ആരും സന്തോഷിക്കാൻ ഇടയാക്കില്ലെന്ന്. നിന്റെ പപ്പ ജയിലിൽ ആത്മഹത്യ ചെയ്തതും അമ്മ മാനസിക രോഗിയായി മരിച്ചതും ഇപ്പോൾ അവസാനം നിന്റെ ആദിയുടെ മരണവും എല്ലാം ക്ലാരയുടെ പണിയാണ്.'

ഒരു കിതപ്പോടെ അപ്പുവിന്റെ ഷർട്ടിൽ പിടിച്ചുകൊണ്ട് അന്ന ചോദിച്ചു.

'നിനക്കിതെല്ലാം എങ്ങനെ അറിയാം. ഇതെല്ലാം കള്ളമാണ്.

ഞാൻ ജനിച്ചു വളർന്നത് ഒരു അനാഥാലയത്തിലാണ്. നമ്മൾ കാണുന്നതുപോലും ഈ അടുത്ത സമയത്താണ്. അപ്പു വാ നമുക്ക് പോകാം. അവൾ അവനോടു കെഞ്ചി.'

എന്നാൽ ആ കൈ വിടുവിച്ചുകൊണ്ട് അപ്പു പറഞ്ഞു.

'മുംബൈയിൽ നിന്ന് ഞാൻ നേരെ വന്നത് ഈ പള്ളിയിലേക്കായിരുന്നു. 27 വർഷം മുമ്പ് ഈ പള്ളിയിൽ ഉണ്ടായിരുന്ന അച്ചനെ കണ്ടുപിടിക്കാൻ എനിക്ക് ഒട്ടും ബുദ്ധിമുട്ടേണ്ടതായി വന്നില്ല. അച്ചൻ തന്നെയാണ് നിന്നെ കുറിച്ചുള്ള എല്ലാവിവരവും എനിക്ക് തന്നത്. മാനസികരോഗം വന്ന അമ്മക്കൊപ്പം നിനക്ക് വളരാൻ പറ്റില്ല എന്ന് അറിയാവുന്നതുകൊണ്ടാണ് അച്ചൻ നിന്നെ അനാഥാലയത്തിലാക്കിയത്. പിന്നീട് അവിടുത്തെ മദറിനെ കണ്ടപ്പോൾ നിന്നെക്കുറിച്ച് എല്ലാ കാര്യങ്ങളും ഞാൻ അറിഞ്ഞു. നീ സ്നേഹിച്ചിരുന്ന ആദി മരിക്കുമ്പോഴും ഞാൻ നിന്നെ പിന്തുടരുന്നുണ്ടായിരുന്നു.'

അവൻ അന്നയുടെ കൈകളിൽ പിടിച്ച് യാചന രീതിയിൽ പറഞ്ഞു.

'അന്ന പ്ലീസ്, എന്നെയും നിന്നെയും അനാഥരാക്കിയത് ഈ കല്ലറയാണ്. ഈ ഒറ്റ രാത്രി നീ എന്നോട് കൂടെ നിന്നാൽ മതി നമുക്ക് ക്ലാരയോടു പ്രതികാരം ചെയ്യാം. നീ ഉണ്ടെങ്കിലെ അവൾ വരത്തൊള്ളൂ. അന്ന ഇന്നാണ് എന്റെ വീട്ടുകാർ മരിച്ച ദിവസം. ഇന്ന് തന്നെ അവളെയും എലിസബത്തിനെയും എനിക്ക് വേർപ്പെടുത്തണം.'

അവനെന്തൊക്കെയാണ് പറയുന്നതെന്ന് അന്നയ്ക്ക് അപ്പോഴും മനസ്സിലാകുന്നില്ലായിരുന്നു. അവൾ ദയനീയമായി ചോദിച്ചു.

'അപ്പോൾ ഇതിനുവേണ്ടിയാണോ നീ എന്നെ സ്നേഹിച്ചത്?'

അവൻ വിക്കി വിക്കി പറഞ്ഞു.

'അങ്ങനെ അല്ല. ഞാൻ വന്നപ്പോൾ നിന്റെ കൂടെ ആദി ഉണ്ടായിരുന്നു. അന്ന പ്ലീസ് നിനക്കെന്നെ വിശ്വാസമാണെങ്കിൽ വരൂ.'

ഇരുപത്തി ഒന്ന്

അന്ന കല്ലറയിലേക്ക് സൂക്ഷിച്ചുനോക്കി. എന്തോ ഒരു എനർജി തന്നെ അതിലേക്ക് ആകർഷിക്കുന്നതുപോലെ അവൾക്ക് അനുഭവപ്പെട്ടു. ഈ ഇരുപത്തൊന്നാം നൂറ്റാണ്ടിലും ഇതൊക്കെ നടക്കുമോ? ആലോചിക്കുംതോറും അവൾക്ക് തലപെരുക്കുന്നപോലെ തോന്നി. അന്ന അപ്പുവിനെ നോക്കി. അവൻ ഇതൊന്നും ശ്രദ്ധിക്കാതെ ബാഗിൽ നിന്നും ഉപകരണങ്ങൾ എടുത്തുവെയ്ക്കുന്ന തിരക്കിലായിരുന്നു. ആദ്യമായിട്ടായിരുന്നു അന്ന രാത്രിയിൽ സെമിത്തേരി പറമ്പിൽ വരുന്നത്. മഞ്ഞ് ദേഹത്തുവന്നു തട്ടിപോകുമ്പോൾ ആരോ തന്നിലേക്ക് വന്നു കയറുന്നപോലെ അന്നക്ക് തോന്നികൊണ്ടേ ഇരുന്നു.

'ക്ലാര ഇപ്പോൾ തന്നെ വരും. കാരണം നിന്റെ സാന്നിധ്യം അവളെ ദേഷ്യം പിടിപ്പിക്കും.'

അപ്പുവിന്റെ ഭ്രാന്തമായ പ്രവർത്തികൾ കണ്ട് ഭയപ്പെട്ട് അന്ന പറഞ്ഞു.

'അപ്പു നിനക്ക് എന്തോ പറ്റിയിട്ടുണ്ട്. ആത്മാവ് എന്നൊന്നില്ല. നമ്മൾ ദൈവത്തെയാണ് പരീക്ഷിക്കണെത്. നമുക്ക് പോകാം നീ വാ.'

'ഇത്രയും വർഷം ഞാൻ കാത്തിരുന്നത് ഇവരെ രണ്ടാക്കാൻ വേണ്ടിയാണ്. സ്നേഹിക്കുന്നവർ രണ്ടാകുമ്പോഴുള്ള വേദന ഇവൾ അറിയണം. നീ പേടിക്കണ്ട നിനക്കൊന്നും വരില്ല. മുംബൈയിൽ ഞാൻ ഓരോ ദിവസവും വേദനയോടെ തള്ളിനീക്കിയത് ഈ നിമിഷം സ്വപ്നം കണ്ടുകൊണ്ടാണ്. ഇതല്ലാതെ വേറെ എന്ത് ചെയ്യണം എന്നെനിക്കറിയില്ല അന്ന.'

അപ്പു കമ്പി കയ്യിലെടുത്ത് ചുറ്റും നോക്കി ആരുമില്ലെന്ന് ഉറപ്പുവരുത്തിയശേഷം കല്ലറയിൽ ആഞ്ഞു കുത്തി.

'ഇനിയും നീ എത്രത്തോളം നുണ പറയും അപ്പു...'

പുറകിൽ നിന്നൊരു ശബ്ദം കേട്ട് അപ്പു തിരിഞ്ഞുനോക്കി. ഇരുട്ടിൽ ആരോ നിൽക്കുന്നുണ്ട്. അന്ന പേടിയോടെ ചുവടുകൾ പുറകോട്ടുവച്ചു. ഇരുട്ടിൽ നിന്ന് ആ രൂപം മുന്നോട്ടുവന്നു. സെബാൻ ആയിരുന്നു അത്.

'സെബാൻ നീ എന്താ ഇവിടെ?'

ചിരിച്ചു കൊണ്ട് സെബാൻ പറഞ്ഞു.

'എന്നെ നീ ഒട്ടും പ്രതീക്ഷിച്ചില്ലല്ലേ? കാര്യങ്ങളൊക്കെ അപൂർണമായിരുന്നു അപ്പു. നീ ഈ കല്ലറയിൽ എന്നെയും കൂട്ടി വരുന്നത് വരെ. അന്ന് നമ്മൾ ഈ കല്ലറയിൽ വന്ന ദിവസം ഓർക്കുന്നുണ്ടോ? ഏറ്റവും കൂടുതൽ സ്നേഹിച്ചിരുന്നു എന്ന് നീ പറയുന്ന വീട്ടുകാരുടെ കല്ലറയിലേക്ക് തിരിഞ്ഞുപോലും നോക്കാതെ, എബിനെ എവിടെയാണ് അടക്കിയിരിക്കുന്നത് എന്നുപോലും അന്വോഷിക്കാതെ ക്ലാരയെ പറ്റി പറയുന്നത് കേട്ടപ്പോൾ തന്നെ എനിക്ക് സംശയം തോന്നിയിരുന്നു. ഞാൻ അന്വോഷിച്ചെടാ ശരിക്കും നിന്നെ പറ്റി. എവിടെ ആയിരുന്നെന്നും, എന്തൊക്കെ ചെയ്തു എന്നും. ഭ്രാന്താശുപത്രിയിലെ നിന്റെ ജീവിതം എങ്ങനെ ഉണ്ടായിരുന്നു?'

'അപ്പു ഇതാരാ? ഇയാൾ എന്തൊക്കെയാ പറയുന്നേ?'

അന്ന അപ്പുനോട് കൂടുതൽ ചേർന്നുനിന്നു. അന്നയെ ആശ്വസിപ്പിച്ചുകൊണ്ട് അപ്പു പറഞ്ഞു.

'അന്ന നീ പേടിക്കണ്ട. ഇത് സെബാനാണ്. അവൻ എന്തൊക്കെയോ തെറ്റിദ്ധരിച്ചു പറയുന്നതാ. ഡാ നീയും കൂട് നമുക്കിതെല്ലാം തീർക്കണം.'

'അപ്പു റോബിനച്ചൻ വഴി ഞാൻ നിന്റെ അമ്മാവന്റെ അഡ്രസ്സെല്ലാം ഒപ്പിച്ചു. ഇനിയും നീ വെറുതെ പാവത്താനായി അഭിനയിക്കണ്ട. നിന്നെ ഭ്രാന്താശുപത്രിയിലാക്കിയതും അവിടുത്തെ ഡോക്ടറിന്റെ മുമ്പിൽ നീ കുമ്പസാരിച്ച കഥയുമെല്ലാം അമ്മാവൻ എന്നോട് പറഞ്ഞു. ഇപ്പോൾ നീ എന്നെ കൂട്ടാതെ ഇവിടെ നിൽക്കുന്നതും ഈ പെൺകുട്ടിയെ ക്ലാരക്ക് നൽകാനല്ലെ?'

സെബാന്റ ചോദ്യം കേട്ട് അന്ന ഞെട്ടലോടെ അപ്പുവിനെ നോക്കി. അവന്റെ മുഖം ക്രൂര ഭാവത്തിലേക്ക് മാറുന്നത് അന്ന ശ്രദ്ധിച്ചു. ഇതുവരെ താൻ കണ്ട അപ്പു അല്ല തന്റെ മുമ്പിൽ നിൽക്കുന്നതെന്ന് അവൾക്ക് മനസ്സിലായി. അവൾ പതിയെ അവനിൽ നിന്നും പുറകിലേക്ക് ചുവടുകൾ വച്ചു. ഇതേ സമയം അപ്പുവിന്റെ കണ്ണുകളെല്ലാം ചുവന്ന് കലങ്ങിയിരുന്നു. അവൻ വല്ലാതെ വിറക്കുന്നുണ്ടായിരുന്നു. കയ്യിലിരിക്കുന്ന കമ്പിയിൽ പിടി മുറുക്കികൊണ്ട് അവൻ ചോദിച്ചു.

'ഞാനിന്ന് തന്നെ ഇവിടെ വരുമെന്ന് നിനക്ക് എങ്ങനെ മനസ്സിലായി?'

'നിന്റെ വീട്ടുകാരെ നീ തന്നെ കൊന്ന് ക്ലാരക്ക് കൊടുത്ത ദിവസം അല്ലെ ഇന്ന്. നീ വരുമെന്ന് എനിക്കറിയാമായിരുന്നു.'

അപ്പുവിന്റെ കൈ കമ്പിയിൽ വീണ്ടും മുറുകുന്നത് കണ്ട്, സെബാൻ അനുനയസ്വരത്തിൽ പറഞ്ഞു.

'അപ്പു ഇതെല്ലാം നിന്റെ തോന്നലാണ്. ക്ലാര എന്നൊരാൾ ഇവിടെയില്ല. നീ കല്ലറയിൽ നിന്ന് കൈയിൽ എടുത്ത് കാണിച്ചത് ഒരു തലയോട്ടി മാത്രമാണ്. അത് എലിസബത്തിന്റെതാണ്. ക്ലാര എന്നത് നിന്റെ സങ്കല്പത്തിലെ കഥാപാത്രമാണ്. ഞാൻ നിനക്കായി പറഞ്ഞ കഥയിൽ നിന്ന് നീ അന്വേഷിച്ചു കണ്ടെത്താൻ ശ്രമിച്ച സത്യമാണ് നിന്നെയീ കുഴപ്പത്തിലെല്ലാം കൊണ്ട് ചാടിച്ചത്. അന്ന് നിന്റെ അനിയത്തി എന്റെ മുമ്പിൽ വച്ചാണ് റോബിൻ അച്ചനോട് പറഞ്ഞത് നീ അവളെ കുളത്തിൽ തള്ളിയിട്ട് കൊല്ലാൻ നോക്കിയെന്ന്. ഇനിയെങ്കിലും ഞാൻ പറയുന്നത് കേൾക്കപ്പൂ, നമുക്ക് പോകാം നീ വാ.'

അന്ന ഭീതിയോടെ എന്ത് ചെയ്യണം എന്നറിയാതെ അവിടെ തന്നെ നിന്നു. അതുവരെ തലതാഴ്ത്തി നിന്ന് എല്ലാം നിശബ്ദമായി കേട്ട അപ്പു ഉടനെ ചിരിക്കാൻ തുടങ്ങി. ആദ്യം പതിയെ ചിരിച്ച അപ്പു പിന്നീട് പൊട്ടിച്ചിരിക്കാൻ തുടങ്ങി. അവൻ ഒരു ഭ്രാന്തനെപ്പോലെ അവിടെ പിടിപ്പിച്ച ഉപകരണങ്ങളെല്ലാം ചവിട്ടി മറിക്കാൻ തുടങ്ങി. ഒടുവിൽ സെബാന്റെ അടുത്തുചെന്ന് അവന്റെ കണ്ണുകളിലേക്ക് നോക്കി വിറയലാർന്ന ശബ്ദത്തോടെ പറഞ്ഞു.

'നിങ്ങൾക്കറിയാത്ത കുറച്ചു കാര്യങ്ങൾ ഞാൻ പറയട്ടെ.

എന്റെ അമ്മയും അനിയത്തിയും പപ്പയും മരിച്ചത് വെറുമൊരു കാർ ആക്സിഡന്റിൽ അല്ല. മറിച്ച് ആ കാർ ആക്സിഡന്റ് ഞാൻ തന്നെ ഉണ്ടാക്കിയതാണ്. ഇനി അന്നയുടെ കാമുകൻ ആദിയുടെ കാര്യം. അവനെയും കൊന്നത് ഞാനാണ്. ഞാൻ അവളെ നിരീക്ഷിക്കുന്നതും പിന്തുടരുന്നതും അവൻ കണ്ടിരുന്നു. ഒരു ദിവസം അവൻ എന്നെ തടഞ്ഞു നിർത്തി ചോദ്യം ചെയ്തു. അതെല്ലാം പോട്ടെ അവൻ എന്നെ പിന്തുടർന്ന് ഈ കല്ലറ വരെ എത്തി. ക്ലാരയോട് മിണ്ടികൊണ്ടിരുന്ന എന്നെ കണ്ടിട്ട് എനിക്ക് തലക്ക് സുഖമില്ല. വല്ല ഹോസ്പിറ്റലിലും പോ. ഇനി അന്നയെ ശല്യം ചെയ്യാൻ വരരുത് എന്നും പറഞ്ഞു. പിന്നെ ഒന്നും നോക്കിയില്ല കൊന്ന് ഈ സെമിത്തേരിയിൽ തന്നെ ഇട്ടു. എല്ലാം എന്റെ ക്ലാരക്ക് വേണ്ടിയാണ്. അവൾ എന്നോട് ആവശ്യപ്പെട്ടത് ഒരേയൊരു കാര്യമാണ്. അവളുടെ കുഞ്ഞ് അനിയത്തി അന്നയെ. അതും ഞാനിപ്പോൾ കൊടുക്കും. പിന്നെ സെബാനെ

നിന്റെ കാര്യം അതെന്താകുമെന്ന് എനിക്കറിയില്ല.'

ഇതും പറഞ്ഞ് അവൻ കൈയിലിരിക്കുന്ന കമ്പി കൊണ്ട് സെബാനെ ആഞ്ഞടിച്ചു. അടികൊണ്ട മാത്രയിൽ സെബാൻ ദൂരേക്ക് തെറിച്ചു വീണു. അവന്റെ തലയിൽ നിന്ന് ചോര വരാൻ തുടങ്ങി. അപ്പു സെബാന്റെ അടുത്തുപോയി മുട്ടുകുത്തി ഇരുന്ന് അവന്റെ മുഖം പിടിച്ചുയർത്തിയ ശേഷം പറഞ്ഞു.

'നീ എന്താ വിചാരിച്ചേ നിന്നെ കുറിച്ച് എനിക്കൊന്നും അറിയില്ലന്നാണോ. നീയും എബിനും പോലീസുകാരാണെന്നും കൂട്ടുകാരന്റെ മരണം നീ അന്വോഷിക്കുന്നുണ്ടെന്നും എനിക്കറിയാം. പിന്നെ ഇതൊക്കെ അറിഞ്ഞുവച്ചിട്ട് ഞാൻ നിന്റെ അടുത്ത് വന്നതിനു കാരണം നീ എബിന്റെ കൊലയാളിയെ കണ്ടെത്താറായി എന്നെനിക്ക് മനസ്സിലായി. അവനെ അപകടത്തിൽപെടുത്തിയ വണ്ടി നീ കണ്ടെടുത്തു. അടുത്ത സ്റ്റെപ് എന്റെ അടുത്തേക്ക് തന്നെ ആയിരുന്നു. അതിനു മുൻപ് നിന്നെ വഴി തെറ്റിക്കാൻ തന്നെയാണ് ഞാൻ നിന്റെ അടുത്തേക്ക് നേരിട്ടെത്തിയത്. നീ കേസിൽ നിന്നുമാറി എന്നെക്കുറിച്ചു അന്വോഷിക്കാൻ പോകുന്ന സമയത്ത് എനിക്ക് ചെയ്ത് തീർക്കാനുള്ള കാര്യങ്ങൾ ആയിരുന്നു ഇതെല്ലാം. പക്ഷേ, അതിന് മുന്നേ എല്ലാം തീർത്ത് നീ എത്തിയല്ലോ.'

'നമ്മുടെ എബിനെ എന്തിനാടാ നീ കൊന്നേ?'

വേദന കടിച്ചമർത്തിക്കോണ്ട് സെബാൻ ചോദിച്ചു.

'സെബാനെ എന്റെ ലിസ്റ്റിൽ നീയോ, എബിനോ, ആദിയോ ആരും തന്നെ ഇല്ലായിരുന്നു. ഞാൻ വന്നത് എന്റെ സുന്ദരി അന്നയ്ക്ക് വേണ്ടിയാണ്. അത് ആദ്യം കണ്ടെത്തിയത് നിന്റെ പോലീസ് കൂട്ടുകാരൻ എബിനാണ്. അവന്റെ സംശയം ഞാൻ തീർത്തു കൊടുത്തു. ഇനീപ്പോ നീ എന്നെ അന്വോഷിച്ചു കണ്ടെത്തിയില്ലെങ്കിൽ പോലും ഇതൊക്കെ കാണാൻ നീ കൂടി വേണമെന്ന് എനിക്ക് ആഗ്രഹം ഉണ്ടായിരുന്നു. അങ്ങനെ അതും നടന്നുകിട്ടി.'

അതിനുശേഷം അപ്പു അന്നയുടെ അടുത്തേക്ക് നീങ്ങി. അവൾ ഒന്നനങ്ങാൻ പോലുമാകാതെ അവിടെ വിറയലോടെ നിന്നു. അവൾ അവനോടു കെഞ്ചി.

'അപ്പു എന്താ ഇതെല്ലാം വാ നമുക്ക് പോകാം.'

അപ്പു അവൾക്ക് അരികിൽ ചെന്ന് അവളുടെ ഷാൾ വലിച്ചൂരി ആ കൈകൾ കൂട്ടിക്കെട്ടി. കെട്ടുന്നതിനിടയിൽ ആവേശത്തോടെ അവൻ പറഞ്ഞു.

'നീ ക്ലാരയുടെ കുഞ്ഞു പെങ്ങളല്ലേ. അവൾ നിന്നെ വേദനിപ്പിക്കില്ല.'

അപ്പു അവളെ വലിച്ചിഴച്ച് കല്ലറയിലേക്ക് കൊണ്ടുവന്നു. അന്ന അവന്റെ പിടിയിൽ നിന്ന് രക്ഷപ്പെടാൻ വല്ലാതെ കുതറി. എന്നാൽ അവന്റെ കൈകൾക്ക് വളരെ ശക്തിയുള്ളതായി അവൾക്ക് അനുഭവപ്പെട്ടു. അവൾ ദയനീയമായി അപ്പുവിനെ തന്നെ നോക്കികൊണ്ടിരുന്നു. അവളുടെ കണ്ണുകൾ നിറഞ്ഞൊഴുകുന്നുണ്ടായിരുന്നു.

അപ്പു ഉച്ചത്തിൽ അലറി വിളിച്ചുകൊണ്ട് പറഞ്ഞു.

'ക്ലാര പുറത്ത് വാ. നീ ആവശ്യപ്പെട്ട ആളെ ഞാൻ നിനക്ക് മുമ്പിൽ കൊണ്ടുവന്നിട്ടുണ്ട്.'

നിമിഷങ്ങൾ കടന്നുപോയി അപ്പോൾ അവിടെ ആകെ ചെറിയ കാറ്റു വീശാൻ തുടങ്ങി. ആ കാറ്റിന് അല്പം ശക്തിയേറി തുടങ്ങി. സെമിത്തേരി കവാടത്തിലെ ഇരുമ്പ് ഗേറ്റുകൾ പരസ്പരം കൂട്ടിമുട്ടി ശബ്ദമുണ്ടായിക്കൊണ്ടിരുന്നു. പൊടുന്നനെ കല്ലറയുടെ മൂടി പതുക്കെ നിരങ്ങി മാറി. അന്ന ഇതെല്ലാം കണ്ട് പേടിയോടെ ശ്വാസം എടുക്കാൻ വല്ലാതെ വെപ്രാളപ്പെട്ടു. എന്തോ ഒന്ന് ആ കല്ലറയ്ക്കുള്ളിൽ നിന്ന് കേറി വരാൻ പോകുന്നതായി അവൾക്ക് അനുഭവപ്പെട്ടുകൊണ്ടിരുന്നു. അപ്പു വീണ്ടും അവിടെനിന്ന് ചിരിക്കാൻ തുടങ്ങി. ഉടൻ തന്നെ പുറകിൽ നിന്നുള്ള ശക്തമായ ചവിട്ടേറ്റ് അപ്പു ദൂരേയ്ക്കു തെറിച്ചു വീണു. സെബാൻ വേച്ചുവെച്ച് ചെന്ന് കല്ലറയ്ക്ക് അരികിലെ കുരിശ് ചെറിയൊരു ശക്തിയോടെ ഇളക്കിയെടുത്തു. അപ്പു തിരിഞ്ഞു എഴുന്നേൽക്കുന്നതിന് മുമ്പ് തന്നെ അവന്റെ തലയിൽ ആഞ്ഞടിച്ചു. വീണ്ടും വീണ്ടും അവനെ അടിച്ച ശേഷം സെബാൻ തിരിഞ്ഞ് അന്നയോടു പറഞ്ഞു.

'ഇവിടെ നിന്ന് വേഗം പൊക്കോളൂ. ഇതു ഞാൻ നോക്കിക്കൊള്ളാം. സെബാൻ ഇത് പറഞ്ഞു കഴിഞ്ഞപ്പോഴേക്കും അപ്പു സെബാനേയും വലിച്ചുകൊണ്ട് കല്ലറയ്ക്കകത്തേക്ക് വീണു. പ്രതീക്ഷിക്കാതെയുള്ള ആക്രമണം ആയതുകൊണ്ട് സെബാന് ഒന്നും ചെയ്യാനായില്ല. കല്ലറയ്ക്കകത്ത് നിന്ന് ഒച്ചയൊന്നും കേൾക്കാനില്ല. ആകെ ഒരു നിശബ്ദത. അന്ന വളരെ കഷ്ടപ്പെട്ട് കയ്യിലെ കെട്ടുകളഴിച്ചു. അവൾ കല്ലറയ്ക്ക് നേരെ നോക്കി വിളിച്ചു.

'സെബാൻ'

എന്നാൽ യാതൊരുവിധ അനക്കവും കല്ലറയ്ക്കകത്തുണ്ടായില്ല. പെട്ടെന്ന് ഒരു കൈപ്പത്തി കല്ലറയ്ക്ക് മുകളിൽ എത്തി. ആ കയ്യിൽ കെട്ടിയിരിക്കുന്ന വാച്ച് കണ്ടപ്പോൾ അന്നയ്ക്ക് മനസ്സിലായി അത് അപ്പുവിന്റെതാണെന്ന്. അവൾ വളരെ വേഗത്തിൽ കമ്പിയെടുത്ത് അവൾക്ക് പറ്റാവുന്ന ശക്തിയോടെ ആ കല്ലറയുടെ മുടി പഴയതുപോലെയാക്കി. ശേഷം വളരെ വേഗത്തിൽ അവൾ തിരിഞ്ഞോടി. കഴിയുന്നതും

വേഗത്തിൽതന്നെ കാർ സ്റ്റാർട്ട് ആക്കി മുന്നോട്ട് നീങ്ങി.

മലയോരപാതയിലൂടെ ആ ചുവന്ന കാർ അമിതവേഗതയിലാണ് വന്നുകൊണ്ടിരിക്കുന്നത്. ഓരോ വളവുകളിലും ടയർ റോഡിലുരഞ്ഞ് വലിയ ശബ്ദം പുറപ്പെടുവിച്ചുകൊണ്ടിരുന്നു. കാറിന്റെ വെളിച്ചത്തോടൊപ്പം ഇടിമിന്നലിന്റെ പ്രകാശവും മഴയുടെ തീവ്രത വ്യക്തമാക്കുന്നുണ്ടായിരുന്നു. മഴയുടെ ശക്തിയും ഇരുട്ടും കാരണം കാറിനകത്ത് എത്രപേരുണ്ട്, എന്താണ് നടക്കുന്നത് എന്നൊന്നും വ്യക്തമല്ല.

....

ഇരുപത്തി രണ്ട്

കമിഴ്ന്നു കിടക്കുന്ന കാറിൽ കുടുങ്ങിക്കിടക്കുന്ന അന്ന ആ കാഴ്ച കണ്ടു. പോലീസ് എത്തിയിരിക്കുന്നു. അവളുടെ കാഴ്ച പതിയെ മങ്ങി തുടങ്ങിയിരുന്നു. അവരുടെ കയ്യിലെ ടോർച്ചിലെ വെട്ടം അവളുടെ കാറിലേക്ക് ഇടയ്ക്കിടയ്ക്ക് എത്തുന്നുണ്ട്. പോലീസിനെ ഫോൺ ചെയ്ത് അവർ വരുന്നതുവരെ ആ കാറിനുള്ളിൽ താൻ എങ്ങനെ കിടന്നു എന്ന് അവൾക്ക് സങ്കൽപ്പിക്കാനെ കഴിയുന്നില്ലായിരുന്നു. തന്റെ കാറിനു മുന്നിൽ വട്ടം ചാടിയ പെൺകുട്ടിയെ ഓർത്തപ്പോൾ തന്നെ അവളെ വീണ്ടും പേടി ഗ്രസിച്ചു. അത് ക്ലാരയായിരിക്കുമോ. പോലീസിന്റെ ഒപ്പം അപ്പുവിനെയും സെബാനെയും അന്വേഷിച്ചു പോകണമെന്ന് അവൾ തീർച്ചപ്പെടുത്തി. വണ്ടിയിൽ നിന്ന് ഇറങ്ങാൻ അവൾ പരമാവധി ശ്രമിച്ചിരുന്നതിനാലാവാം ദേഹമാകെ നല്ല മുറിവുണ്ടായിരുന്നു. പെട്ടെന്ന് അവളുടെ ഫോൺ ബെല്ലടിച്ചു. അവൾ ഫോൺ കയ്യിലെടുത്തുകൊണ്ട് പുറത്തേക്ക് നോക്കി. ഒരു പോലീസുകാരൻ ഫോൺ ചെവിയിൽ വച്ചുകൊണ്ട് പുറത്തു നിൽക്കുന്നുണ്ട് അയാൾ തന്നെ ആകാം തന്നെ വിളിക്കുന്നത്. അവൾ വളരെ തിടുക്കത്തിൽ ഫോൺ അറ്റൻഡ് ചെയ്തു.

'സാർ എനിക്ക് നിങ്ങളെ കാണാം ദയവു ചെയ്തു പെട്ടെന്ന് എന്നെ രക്ഷിക്ക്.'

'മാഡം നിങ്ങൾ പറയുന്നിടത്തു ഞങ്ങൾ വന്നു. പക്ഷേ, ഇവിടെ ഒന്നുതന്നെ കാണാനില്ല. നിങ്ങൾക്ക് സ്ഥലം മാറിപോയതായിരിക്കും.' അയാൾ വീണ്ടും അവളുടെ കാറിലേക്ക് വെട്ടമടിച്ചുകൊണ്ട് ഒന്നും കാണാൻ സാധിക്കാത്ത പോലെ പറഞ്ഞു.

'നിങ്ങളുടെ ഫോണിന്റെ ലൊക്കേഷൻ കാണിക്കുന്നത് കൂനൻമാവ് പള്ളിയിലെ സെമിത്തേരിയിലാണ്. മാഡം പേടിക്കണ്ട ഞങ്ങൾ

അങ്ങോട്ട് ഉടനെ വരാം.'

ഇതും പറഞ്ഞയാൾ ഫോൺ കട്ട് ചെയ്ത് തിരിച്ചു വാഹനത്തിൽ കയറി. അന്ന വീണ്ടും അയാളെ വിളിക്കാൻ ശ്രമിച്ചു. എന്നാൽ കോൾ പോകുന്നില്ലായിരുന്നു. ഫോൺ ഓഫായി. ഉണ്ടായിരുന്ന വെട്ടം പോയതും അവിടെ ആകെ ഇരുട്ട് മൂടിയപോലെ അനുഭവപ്പെട്ടു. ഇത്ര നേരം ഉണ്ടായിരുന്ന കാറിന്റെ വെളിച്ചവും കാണാനില്ല. അന്നയ്ക്ക് ശ്വാസം മുട്ടുന്നത് പോലെ തോന്നി. അവൾ വളരെ ശക്തി ഉപയോഗിച്ച് കാറിന്റെ ഡോറിൽ അടിച്ചു. പക്ഷേ, അയാൾ വളരെ വേഗത്തിൽ പോലീസ് ജീപ്പെടുത്തു മുന്നോട്ട് പോയി. അന്ന വീണ്ടും ഡോറിൽ ഇടിച്ചുകൊണ്ടിരുന്നു. ഈ സമയം സെമിത്തേരിയിൽ ക്ലാരയുടെ കല്ലറയിൽ ആരോ താഴെനിന്ന് ഇടിക്കുന്ന ശബ്ദം കേട്ടുകൊണ്ടേയിരുന്നു.

''ആ കല്ലറയ്ക്ക് പുതിയ കുറേ കാവൽക്കാരെ കിട്ടിയിരിക്കുന്നു.''

www.ingramcontent.com/pod-product-compliance
Lightning Source LLC
LaVergne TN
LVHW060417051026
849518LV00007B/2582
* 9 7 8 8 1 9 8 2 2 4 9 7 2 *